சிறகுகளின் இசை

கவிதைத் தொகுப்பு

பரிதி

உங்கள் ரசனை மேம்பட
வானவில் புத்தகாலயம்

10/2 (8/2) போலீஸ் குவார்ட்டர்ஸ் சாலை (முதல் தளம்)
(தியாகராயநகர் பேருந்து நிலையத்திற்கும் காவல் நிலையத்திற்கும் இடைப்பட்ட சாலை)
தியாகராயநகர், சென்னை – 600 017
Phone: 2986 0070, 2434 2771 Cell: 72000 50073
Vanavil Puthakalayam 6 th sense_karthi
e-mail : Vanavil Puthakalayam@gmail.com
Website: www.sixthsensepublications.com

Publisher
Karthikeyan Pugalendi

Managing Editor
P. Karthikeyan

Cover Art
Nandha Raja

Layout
M creative

No part of this book may be reproduced or transmitted in any form without permission in writing from the author or publisher

நீங்கள் Smart Phone உபயோகிப்பவராக இருந்தால் QR Code Reader Application மூலம் இதை Scan செய்தால் நேரடியாக எமது இணையதளத்திற்கு சென்று மேலும் எங்கள் வெளியீடுகள் பற்றிய விவரங்களைப் பெறலாம்.

ISBN : 978-93-87369-18-4

Title:
SIRAGUGALIN ISAI

Author:
PARIDHI

Mail id:
anbuthankam@gmail.com

Mob:
9003030510

Address:

Vanavil Puthakalayam
10/2(8/2) Police Quarters Road(First Floor),
(Between Thiyagaraya Nagar Bus Stop & Police Station)
Thiyagaraya Nagar, Chennai - 17
Phone: 2986 0070, 2434 2771
Cell: **72**000 **5**00**73**

Sixthsense Publications
6 th sense_karthi
e-mail : vanavilputhakalayam@gmail.com
Website: www. sixthsensepublications.com

Edition:
First : **December, 2019**

Pages : 144

Price : Rs. 135

தலைப்பு:
சிறகுகளின் இசை

நூலாசிரியர் :
பரிதி

பக்கங்கள் : 144

விலை: ரூ. 135

முதற்பதிப்பு : டிசம்பர், 2019

வானவில் புத்தகாலயம்
10/2 (8/2) போலீஸ் குவார்ட்டர்ஸ் சாலை (முதல் தளம்)
(தியாகராயநகர் பேருந்து நிலையத்திற்கும் காவல் நிலையத்திற்கும் இடைப்பட்ட சாலை)
தியாகராயநகர், சென்னை – 600 017

தொலைபேசி : 2986 0070, 2434 2771.

கைபேசி: **72**000 **5**00**73**

மின்னஞ்சல்: vanavilputhakalayam@gmail.com

இந்தப் புத்தகத்திலுள்ள எந்த ஒரு பகுதியையும் பதிப்பாளர் மற்றும் எழுத்தாளர் அனுமதியை எழுத்து மூலம் பெறாமல் பதிப்பிக்கக் கூடாது.

அணிந்துரை

கவிதை என்பது இலக்கிய வகைமைகளுள் உள்ள மொழியின் உச்ச வடிவம். மனிதர்களுடனும், இயற்கையுடனும், இறைமையுடனும் பேசுவதற்கு கவிதை எனும் உச்ச வடிவத்தைப் பயன்படுத்தியிருக்கும் பாங்கு பாராட்டுக்குரியது.

சாந்தமாகப் பேசும் வரிகள், கருணையால் நிறைந்த வரிகள், நின்று நிதானித்துப் பேசும் வரிகள், வினாக்களைத் தொடுத்து விடைகளைப் பெறும் வரிகள், எது சரி? எது தவறு? என விடை காண முடியா வரிகள், வாழ்வின் சாராம்சத்தைப் பேசும் வரிகள், படைப்பின் அவலத்தைச் சாடும் வரிகள், வெப்பத்தைக் கக்கும் அனல் வரிகள், மென்மையை உமிழும் தேன் வரிகள், நகைச்சுவை கலந்த கிண்டல் வரிகள், சமூகத்தை ஓங்கி அறையும் சுடும் வரிகள், நெஞ்சைப் பதற வைக்கும் கீறல் வரிகள், தியானிக்க வைக்கும் இறை வரிகள், மொழியின் அழகில் பயணம் செய்யும் செழிப்பான வரிகள் என கவிஞன் பல வரிக் குதிரைகளில் பயணப்பட்டிருப்பது வழியெங்கும் தென்படுகிறது.

"எண்ணத்தின் வேகத்தை எழுத்திலே காட்டுபவன் கவிஞன்", "சொற்களில் சிலை வடிக்கும் சிற்பி கவிஞன்", "கவிதை உயிர், சொற்கள் அதன் உடல்" என்பவை யெல்லாம் மிகச் சிறந்த சிந்தனைக்குரிய வரிகள்.

கவிதை பல சூழ்நிலைகளில் நெய்யப்பட்டிருந்தாலும், பல கருப் பொருள்களில் சூல் கொண்டிருந்தாலும் அன்பையும், கருணையையுமே பிரதானப்படுத்தி செயல்பட்டிருக்கிறது.

"அன்பின் சிப்பிகளைத் திறப்போம்

பல முத்துக்கள் கிடைக்கும்".....

"அன்பெனும் நிலாத்துண்டை

குஞ்சுகளிடம் ஊட்டியது".....

"அன்பினால் மனம் எழும்

அதிசயம்".....

என்ற வரிகளின் மூலம் அந்த செயல்பாடு வெளிப்படுகிறது.

கவிதை என்பது நிகழ்கால சூழ்நிலைப் பற்றியும் விவாதிக்க வேண்டும். அப்பொழுது தான் அது வருங்கால சந்ததிக்குப் பயன்படும் வரப்பிரசாதமாக இருக்கமுடியும்.

"மண்ணின் தாகம்"என்ற தலைப்பில் கவிதை இவ்வாறு பேசுகிறது.

"இது

என் பூமி

என் தேசம்....

மரணபயமற்ற தமிழ் மண்ணுக்காக......

நம்பிக்கையோடு காத்திருக்கிறேன்......"

என்பன போன்ற சிந்தனைகள் எல்லாம் நிகழ்கால சூழலை மன உரத்தோடு பேசுகிறது.

கவிஞனின் கவிதை ஓட்டம் உணர்வலைகளின் உந்துதலோடு அதிவேகமாக ஓடுகிறது. மனிதத்தை மனிதனாகக் காணவும், சமூக அக்கறையோடு செயல்படவும் கவிதை செய்யப்பட்டிருக்கிறது.

"உதிரும் இலைகள்" என்ற தலைப்பில் இயற்கையை இறைநிறைத் தன்மையாகச் சித்தரிக்கும் பாங்கு படைப்பை வியப்பாகப் பிரதிபலிக்கச் செய்கிறது.

சமூகத்தின் மீது எந்த அளவு கோபமும்,ஆற்றாமையும் இருக்கிறதோ, அதே அளவு அல்லது ஒருபடி மேலே அதன் மீது பரிவும், பாசமும் பல கவிதைகளில் வெளிப்படும் பக்குவம் பாராட்டிற்குரியது.

மன்னிப்பின் மாபெரும் கருணையைப் பற்றியும் கவிதை பல இடங்களில் கோடிட்டுக் காட்டுகிறது. முழு மனிதனாய் இருப்பதன் தேவையை பின்வரும் வரிகள் வலியுறுத்துகிறது.

"இன்று முதல்

ஒரு

சபதம் எடுத்துக் கொள்ளுங்கள்

மனிதர்களுக்கு மட்டும்

முகம் காட்டுவதென்று".

இந்த எண்ணமும், எழுத்தும் சிந்தனையைப் படிப்பவர் உள்ளத்தில் பதியவைத்துப் பயன்பெறவைக்கும் என்பதில் எள்ளளவும் ஐயமில்லை.

அனைத்துமே மெல்ல மெல்ல தேனீ சேர்க்கும் தேனடை போல சொல்ல சொல்ல இனிக்கும் கவிதை வரிகள்.

"கற்களால் கட்டப்பட்டவைஅல்ல

சொற்களால் கட்டப்பட்டவை"

என்பது அறிவுத் தொடர் வரிகள்.

"மண்ணிலே மனிதர்கள் பிறக்கட்டும்

மனிதம் மலரட்டும்" என்பது கவிஞனின் உள்ளக் கிடக்கையை வெளிப்படுத்துகிறது.

ஆற்றுப்படுத்தும் ஆற்றலும், வழிகாட்டும் நல்லுள்ளமும் கவிதைகளில் வெளிப்படுகிறது. எளிமையும், இனிமையுமாக கருத்துக்கள் இடம் பெற்றுள்ளன.

தமிழே! மொழியே! என் வேர் நீ!

என்று குறிப்பிடுவது படைப்பாளியின் மொழிப்பற்றை பறைசாற்றுகிறது.

மொத்தத்தில் மனித வாழ்வின் ருசியை மொழியின் மூலமாக கடத்துவதில் கவிஞன் வெற்றி பெற்றிருக்கிறான் என்று தான் சொல்லவேண்டும்.

இனிப்பு மட்டுமே இருந்தால் திகட்டிவிடும். எனவே இனிப்போடு சேர்த்து கசப்பும் கலந்து கொடுத்தால் தான் அது சமன்படும்.

கவிதை எங்கும் இனிப்புச் சுவை கொட்டிக் கிடந்தாலும் சில குறைகள் அங்கங்கே தெரிவதைக் காண்கிறோம். சுட்டிக் காட்டுவது என்பது குறை கூறும் நோக்கில் அல்ல, தந்தை தன் மகனை கண்டிக்கும் நோக்கில் திருத்திக் கொண்டு இன்னும் மிகச் சிறப்பாக செயல்படவேண்டும் என்பதற்காகவே!

மொழிவளம், காட்சிப்படுத்தும் பாங்கு, சொல்லும் விதம், அயராத ரசனை மனம் கவிதைக்கு இன்றியமையாதவை.

கவிஞன் மிகச் சிறப்பாகத் தன் பங்களிப்பைச் செய்திருந்தாலும் சில இடங்களில் மொழிப் பற்றாக்குறையும், காட்சிப்படுத்தும் நேர்த்தியில் சில குறைபாடுகளும் தென்படவே செய்கின்றன.

நல்ல பல நூல்களைப் படித்து மொழி ஆளுமையை வளர்த்துக் கொள்ளவும், மனதை கூர்மைப்படுத்தி காட்சிப்படுத்துதலை மேலும் நேர்த்தியாக நெய்திடவும், சொல்லும் விதத்தில் உள்ள சூட்சுமங்களைப் புரிந்து கொண்டு செயல்படவும் செய்தால் மிகச் சிறந்த கவிதை மலர்கள் இந்த பூமியில் பூத்துக் குலுங்கும் என்பது திண்ணம்.

சிறக்க, செழிக்க தமிழால் வாழ்த்துகிறேன்.

அன்புடன்

சரோமணி

சிறகின் அசைவு பற்றி...

"மழையின் ஈரம்
மண்ணை குளிர்விக்கும்
மனதின் ஈரம்
ஆன்மாவை உயிர்ப்பிக்கும்".

எங்கிருந்தாலும் தேடிச் சென்று நீரைக் கண்டடையும் வேரைப் போல, என் மனமும் மொழி என்னும் மூல வேரைத் தேடிக் கண்டடைந்து இறுகப் பற்றி அதன் பரப்புகளில் இளைப்பாறவே விரும்புகிறது.

ஒரு சாதாரண கல் நீரின் கூர்மையால் செதுக்கப்பட்டு கூழாங்கல்லாகி பளிங்கு போல் மினுமினுக்கும் தன்மையுடையதாகிறது. மிகக் கடினமான இரும்பு நெருப்பின் பாய்ச்சலால் மிருதுவாகி, இளகி மென்மையாகிறது.

கல்லாகவும், இரும்பாகவும் இருக்கும் மனித மனதை பளிங்காக்கி மினுமினுப்பாகவும், இளக்கி மென்மையாகவும் மாற்றவல்ல இரு கருவிகள் தான் அன்பும், மன்னிப்பும்.

மிகச் சிக்கலான மனித மனதிற்குள் இந்த அன்பையும், மன்னிப்பையும் துளையிட்டு இறக்குவதற்குத் தான் கவிதை என்னும் ஆயுதத்தை மொழி வடிவில் கையில் எடுத்திருக்கிறேன்.

வரிவரியாய் கீறிக் கிடக்கும் மனதின் கிழிசல்களை சரியாக்குவதற்குத் தான் கவிதையை வரியாக்கியிருக்கிறேன்.

சொல் மந்திரம் போன்றது.

ஒரு சொல் போதும், ஒரு மனிதனில் சிந்தனைச் சிறகை விரியச் செய்து அவனைச் சுதந்திரப் பறவையாய் பறக்க வைப்பதற்கு.

ஒரு சொல் போதும், நடை பிணமாய் வாழ்கின்ற மனிதனில் சிந்தனையைக் கிளறச் செய்து அவன் அறிவைப் பற்றி எரிய வைப்பதற்கு.

அதனால் தான், சொற்களைக் கோர்த்து, கவிதை என்ற நெருப்பு தீப்பந்தமாக்கி ஒளிரச் செய்வதற்கு முயன்றிருக்கிறேன். அந்த பற்றி எரிகின்ற நெருப்பு நிச்சயம் படிப்பவனைத் தூய்மையாக்கும்.

மக்கிக் போன மனித மனங்களில் தூய்மை தீபத்தை ஏற்றுவதற்குத் தான் என் கவிதைகளை உங்களிடம் அனுப்புகிறேன். இறுகப் பற்றிக் கொள்ளுங்கள். அது உங்களைப் பாதுகாக்கும்.

"செய்க தவம்! நெஞ்சே! தவம் செய், தவம் செய்தால் எய்த விரும்பியதை எய்தலாம், அன்பை நோக்கி தவம் செய்,அன்பிற் சிறந்த தவமில்லை, அன்புடையார் இன்புற்று வாழ்தல் இயல்பு" என்ற பாரதியின் கூற்றையும், ஒருவன் தவறு செய்தால் எத்தனை முறை மன்னிக்கலாம் என்ற வினாவிற்கு ஏழு அல்ல, எழுபது முறை மன்னியுங்கள்,மன்னிப்பு பெறுவீர்கள் என்ற இயேசுவின் போதனைகளையும், தாமரையின் உயரம் என்பது அந்தக் குளத்து நீர் மட்டத்தின் உயரம் தான், அதுபோல, வாழ்க்கையின் உயரம் என்பது நம் மன எண்ணங்களின் உயரம் தான் என்ற வள்ளுவரின் வரிகளையும் இறுகப் பற்றித் தான் கவிதை வரைய முயன்றிருக்கிறேன்.

அன்பை ஒரு சிறகாகவும், மன்னிப்பை மறு சிறகாகவும், நல் எண்ணங்களை உந்தித் தள்ளும் விசையாகவும் கொண்டு அசைத்து அசைத்து, அதை இசையாக்கி, உயரே உயரே எழும்பி மனிதம் என்கிற வான் வளி மண்டல அடுக்கை எட்டிப் பிடிப்பதற்காகத் தான் கவிதைகளைப் பயன்படுத்தியிருக்கிறேன்.

நிச்சயம் விண்ணை எட்டிப் பிடிக்கும், அது உங்களை அசைத்துப் பார்க்கும் என்ற நம்பிக்கை எனக்கிருக்கிறது.

பரிதி

நாகர்கோவில்

மின்னஞ்சல்: ***anbuthankam@gmail.com***

கைப்பேசி : ***9003030510***

உள்ளே...

1. வெளிச்சக் கீற்று
2. முதல் வணக்கம்
3. மேகம்
4. ஆணி வேர்
5. இன்றைய சுதந்திர தினம்
6. மனதின் மருந்து
7. தூக்கு தண்டனை கைதியின் நினைவு
8. இயற்கை
9. நண்பனுக்கு
10. ஒரு கண்ணீரின் கதறல்
11. ஒரு பாய்மரக் கப்பலின் பயணம்
12. முரண்பாடுகள்
13. எழுத்தாளன்
14. வறுமை
15. பொதிந்து கிடக்கும் அதிசயமும் விரிந்து கிடக்கும் ஆச்சரியமும்
16. அமைப்பு
17. இறைவனிடம் ஓர் கேள்வி
18. எங்கே இருக்கிறாய் நீ
19. வேர் நீ
20. அழுகிய பழம்
21. பூ
22. கண்டுபிடியுங்கள் பார்ப்போம்?
23. தொலைந்து போன நினைவுகளும் தேடுகின்ற அவனும்
24. கவிதை என்பது
25. சாமியின் சக்தி
26. ஒரு நாள் உருள்கிறது
27. ஒரு மனிதனும் அவன் காகிதக் கப்பலும்
28. ஒத்திப் போடப்பட்ட பேச்சு வார்த்தை

29. கடவுளின் நிலை
30. பட்டமரத்தின் காத்திருப்பு
31. இன்னொரு உயிர்ப் பூ
32. கோடிக் கண்கள்
33. கவிதைக் காட்சி
34. அன்பின் சுவாலை
35. கடலுக்கடியில்
36. இயற்கையின் ரகசியப் பேச்சு
37. காட்சிப் பொருள்
38. பூ பூக்கும் நேரம்
39. அந்த தெருவின் குப்பை வண்டி
40. சிதறிய மனிதம்
41. அசையும் நிழல்
42. எப்படி புரியவைப்பது?
43. மீண்டும் அந்த ஞாபக முத்துக்காக!
44. எச்சம்
45. பிரியத்தின் வாசனை
46. ஒரு காட்சி
47. உதிரும் இலைகள்
48. இது ஒரு விசித்திரப் பறவை
49. அவள் குறியீடுகளின் வடிவம்
50. எல்லாம் நீயே
51. தவற விட்ட மழைத்துளி
52. விலாசம் தேடும் பிரியத்தின் வாசனைகள்
53. பச்சை விளக்கும் சிவப்பு விளக்கும்
54. பிரிய நாய்க்குட்டி
55. அன்பின் சிப்பிகளைத் திறப்போம்
56. ஒரு மண்ணின் தாகம்
57. படைப்பின் அவலம்

58. என்ன உலகம் இது?
59. சபதம்
60. கவிதை பிறக்கும் நேரம்
61. நான் பார்த்த மழைத் துளிகள்
62. சுவடுகள்
63. அலையும் கரையும்
64. என்னில் நீ வாழ்கிறாய்
65. எங்கும் நிறைந்து கிடக்கிறாய்
66. பறக்கும் ஊதுபைகள்
67. சிவப்பு தொப்பியும் குள்ள மனிதனும்
68. நிலாத் துண்டுகளின் சேர்க்கை
69. ஏதோ ஒரு நம்பிக்கை
70. மிதக்கும் சுதந்திரம்
71. ஒரு குருவியின் கதை
72. மீண்டும் உயிர் பெறுதல்
73. மனம் குளிருமா?
74. வாசனை
76. சிறகுகளின் இசை
77. அடுத்த துளிர்ப்புக்காய்

சில மின்னல்கள்

வெளிச்சக் கீற்று

கடவுளைத் தரிசிக்க
கண் மூடித் தியானித்தான்
கருவறையின் முகப்பில் நின்று

இறைக் காட்சி
இருதயத்திற்குள் சிக்கவில்லை

விழிகளை விரித்து
விசாலமாய் விரிந்து கிடக்கும்
வியனுலகைப் பார்த்தான்.

கண்ணெதிரே காட்சியாய்
கடவுள்

நிறைந்தது இருதயம்
நிலவின் ஒளி போல
இறைமையின்
வெளிச்சக் கீற்றால்.

முதல் வணக்கம்

முழுமதியை வானில்
வரைந்தவன் யார்?

வானை வளையமாக்கி
மகுடமாக்குவோம்
அந்த ஓவியனுக்கு

சிறு குழந்தையின் சிரிப்பைப் போல
சிதறிக் கிடக்கும் நட்சத்திரங்களை
ஆகாயத்தில் தூவியது யார்?

கற்பனையின் சிறகுகள்
நிலாக்கால இரவுகளில் மட்டும்
விரிவது எப்படி?

பிறந்தால் இறப்பது
இயற்கையின் நியதி
நிலவே
நீ மட்டும்
இறந்தும் பிறப்பது எப்படி?

காதலியைப் பார்த்து
கவிதை எழுதுபவன் கவிஞன்
சொன்னவன்
அகராதியை உடைத்தெறியுங்கள்

நிலவே,
உன் முகம் பார்த்து தான்
கவிதை ஊற்று
கருக்கொண்டது
என்னில்.

என் கவிதையின்
விதையே
நீ தான்.

முதல் வணக்கம்
உரித்தாகுக உனக்கு.

மேகம்

பறவைகள் பறப்பது
சிறகுகளால்!

மேகமே! நீ
பறப்பது எவ்வாறு?

மரணம் ஜீவராசிகளுக்கு
என்றிருந்தேன்,
இயற்கை உன்னையும்
விடுவதில்லை.

உன் மரணம்
மண்ணுக்கு
மழை தரும்

மனித மரணம்
வெறும்
மண்டை ஓடுகளையே
நடும்.

கற்கப் பல உள
உன்னிடம்

மண்ணைப் பொன்னாக்கி
மகிழ்விக்கிறாய்

எதிர்பார்ப்பற்ற வாழ்க்கையின்
இரகசிய வித்தை சொல்கிறாய்

வேறென்ன வேண்டும்...

இந்த
மண்ணும் வாழ்க்கையும் தானே
எல்லாம்.

ஆணி வேர்

தமிழ் சொல்லா?
தமிழ் ஆணா?
தமிழ் பெண்ணா?

எழுந்து நிற்கும் அழகால்
உயர்ந்து பறக்கும் கம்பீரத்தால்
மென்மையின் உறுதியால்
வளைந்து நெளிந்து கிடக்கும்
வற்றாத ஜீவ நதியாய் என்றும்
ஓடிக் கொண்டிருக்கும்
தமிழ் ஒரு பெண் தான்

சுவாசக் காற்றிலே
கலந்தவள்.

உயிரின் அடி நாதத்திலே
உறங்கிக் கொண்டிருப்பவள் !

அவள்
கண்சிமிட்டி பேசும்
ஒவ்வொரு வினாடியும்
மனதை மகிழ்ச்சியால் நிரப்பி
ஆகாய வீதிகளிலே உலா வருவேன் !

அவள் ஓரக்கண்ணால் பார்க்கும்
மணித்துளி ஒவ்வொன்றும்
சிந்தனை சிறகெடுத்து
வானிலே வர்ணஜாலம் செய்திடுவேன்!

உச்சி முதல் உள்ளங்கால் வரை
ஓடுகின்ற அணுக்களின்

ஒவ்வொரு
நாடி நரம்புகளிலும்
நிறைந்தவள் !

அவளும் நானும்
இணைந்திருக்கும் தருணங்கள்
மிகவும்
ரசனைக்குரியவை! ஏன்
ரம்மியமானவையும் கூட !

சோர்ந்து போய் மனக்காயப்பட்டு
திரும்புகின்ற வேளைகளிலே
காயத்திற்கு மருந்திட்டு
அடுத்த யுத்தத்திற்கு
தயாராக்குபவள் !

பாலூட்டி, சீராட்டி வளர்த்த
பெருமை
அன்னைக்கு
அடுத்தபடியாக
அவளைச் சேரும் .

கற்பனைக்கு
செயல் வடிவம்
கொடுப்பவள் !

சிந்தனைக்கு
ஊற்றாக
இருப்பவள் !

அவள் தேமதுர உதடுகளில்
இருந்து தெறித்து விழுகின்ற
வார்த்தைகள் ஒவ்வொன்றும்
பூக்களின் மகரந்தத்திலே

தேனீ சேர்க்கும்
தேனடை போல
சொட்டச் சொட்ட இனிக்கும்
சுவையானவை !

அந்தச் சுவையை வரையறுக்க
இந்தக் கவிஞனிடம்
பந்தயமே கட்டிவிட்டாள் .

எத்தனை முயன்றும்
எவ்வளவோ எத்தனித்தும்
இயலாமல் துவண்டு விடுகிறேன்.

ஆம், சுவைக்கு
ஏது
வார்த்தை வரையறை என்று
என்னை நானே
தேற்றிக் கொண்டு
அவளிடம்
தோற்றுப் போகிறேன் !

காதலியிடம்
தோற்பதே ஒரு
சுவை தானே !

ஒரு நாள்,

நான் இல்லாமல்
உன்னால் இருக்க முடியுமா?
என்று
கேள்விக் கணை தொடுத்து
பார்வை அம்புகளால்
உற்று நோக்கினாள் !

முடியும் ,
அன்று
என் உடல் மண்ணை சென்றடைந்திருக்கும்
என் உயிர் உன்னை வந்தடைந்திருக்கும்
என்றேன்.

நானும் அவளும் யாருமில்லா
நிலாக்கால இரவுகளிலே
இருந்து கொண்டு - பலபல
வண்ணக் கனவுகளிலே மிதந்திருப்போம் !

அவளை அழிக்க நினைப்பவர்களுக்கு
ஒன்று மட்டும் சொல்வேன் ,

அழிவு என்பது
உணர்ச்சியில் உந்தப்படுகின்ற
மனித உயிர்களுக்கு மட்டுமே !

உணர்வுகளினால் நிறைந்த ஆத்மாவுக்கு
அழிவு என்பதே கிடையது !

அவள் உணர்வுப்
பூக்களினால் நிறைந்த
அழகிய விருட்சம்.

கிளைகளை வெட்டி எறிந்துவிட்டு
அவளையே
அழித்து விட்டதாய் ஆனந்தப்பட்டுக்
கொள்ளும் ஆத்மாக்களே !

உங்கள் பாிதாப நிலையைப்
பார்த்து
பாவமாக இருக்கிறது !

அவள்
யாராலும்
அசைக்க முடியாத
ஆணிவேர் !

ஈராயிரம் ஆண்டுக்கும் மேலான
வரலாற்றை தன்னுள் அடக்கி
காலத்தை வென்று நிற்கும்
அதிசய உயிர்ச் சிற்பம் !

ஏனெனில்
இவள் கட்டப்பட்டது
கற்களால் அல்ல
சொற்களால் !

ஒருமுறை
அந்த சொற்சுவையை
சுவைத்துப் பாருங்கள்
மகிழ்ச்சியால்
திளைத்துப் போவீர்கள் !

இன்றைய சுதந்திரதினம்

ஒரு நாள் அரசு விடுமுறை
பள்ளி, அலுவலகங்கள் இயங்காது
அனைவருக்கும் மகிழ்ச்சி

இராணுவ மரியாதை
முதலமைச்சருக்கு மகிழ்ச்சி
காவல் துறைக்கு கவலை

பிரதமரின் சிறப்பு
தேசிய அறிக்கை

சாமான்யனுக்கு
சட்டையில்
கொடி

விடுமுறையை
கழிப்பது எப்படி
மக்களின் சிந்தனை

சிறப்புத் திரைப்படம்
அலைவரிசைகளின் அணிவகுப்பு

சுதந்திரதின
சிறப்பு தள்ளுபடி
விற்பனை வியாபார உத்தி

சாலையோர சந்திப்புகளில்
கொடி ஏற்றப்பட்டு
இறக்கப்படுகிறது.

தெரு முனைகளில் இலவசமாய்
இனிப்புகள்

கொடிகளின் பின்னால்
நிறுவனங்களின்
விளம்பரம்

பள்ளியில் பாரதியும்
நேருவும் பேச்சுப் போட்டிக்கு
தலைப்புகள்

நாச சக்திகளின்
சதித் திட்டம்.

செந்நீர் சிந்தி சுதந்திரம்
வாங்கித் தந்த
மகான்கள்
கல்லறைகளிலே
உறங்கிக் கொண்டிருக்கிறார்கள்.

சுதந்திர தினம் என்பது
பட்ட சுவடுகளை மறந்து
வருடத்திற்கு ஒருமுறை
வந்து போகிற வருடாந்திர
விடுமுறையாகிவிட்டது.

காலத்தின் கோலம்
மாறுவது எப்போது?
மாற்றுவது எப்போது?

மனதின் மருந்து

அவமானத் துப்பல்கள்
விழும் போதெல்லாம்
அடைக்கலம்

சோர்வுற்று
சாயும் போதெல்லாம்
தாங்குகின்ற தோள்

மனித உணர்வுகளை
மதிக்க கற்றுக் கொடுத்த
ஆசான்

நினைக்கும் போதெல்லாம்
மகிழ்ச்சி தொற்றும்
உற்சாகம் கரைபுரண்டோடும்
வாழ்க்கை பயம் மறையும்

மனதின் மருந்து
கவிதை.

தூக்கு தண்டனை கைதியின் நினைவு

(நாளை தூக்கு தண்டனை என கைதி ஒருவனிடம் கூறப்படுகிறது. அன்று இரவு அவன் நினைவுகள் எப்படி இருக்கும்.)

அவன் பேசுகிறான்,

சிந்திக்கிறேன்
சிரிக்க மனமில்லாமல்

ஓடுகின்ற
காட்டாற்று வெள்ளத்தில்
அடித்துச் செல்லப்பட்டு
கரையோரத்தில் கிடக்கின்ற
கருங்கல்லுக்கு சமமானேனே

ஏன்?

எட்டுத் திசைகளெங்கும்
பரந்து விரிந்த உலகில்
நான்கு சுவர்களுக்குள்ளாக
வாழ்வதென்பது
கடினம் தான்

வாழ்வைத் தொலைத்தேன்
வாழ்க்கையைத் தெரிந்து கொண்டேன்.

தண்டனை கொடுத்த
சமுதாயத்திற்கு
மன்னிப்பு பற்றி
தெரிந்திருக்க நியாயமில்லை

ஏ சமுதாயமே !

தவறுகள் இல்லாத மனிதனை
அடையாளம் காட்டு

அவனைத் தரிசித்துவிட்டு
சாவது என்
கடைசி ஆசையாக இருக்கட்டும்.

பிறந்தேன்
வளர்ந்தேன்
என்ன செய்தேன்?

பதில் தேடி
கேள்விப் பயணம்

சிந்தனையை
கூராக்குபவை
கேள்விகள்.

சாகும் தருவாயில்
ஞானச் சிந்தனை - இது
வாழும் போது
வரக்கூடாதா?

உதட்டோர புன்னகையால்
வாழ்வைக் கடக்க முயற்சிக்கிறேன்.

அன்றே பிரிந்துவிட்டது என் உயிர்
இன்றிருப்பது வெறும் நடைப்பிணம் தான்.

ஆத்திரத்தில் அறிவிழந்து
உணர்ச்சியின் விளிம்பில்

செய்த குற்றம்
இருளின் மையத்தில்
நிறுத்தியிருக்கிறது என்னை

ஆத்திரமும், உணர்ச்சியும்
மனிதனை மழுங்கச் செய்யும்
மகா நஞ்சு.

நாள், கிழமை, நட்சத்திரத்தோடு
இறப்பை அறியும்
பாக்கியம் எனக்கு உண்டு.

பிறக்கும் போது
தேடும் நட்சத்திரம்
இறக்கும் போது வேண்டாமா?
வானியல் வல்லுனர்களே!

வளர்ந்து வரும்
சமுதாயத்திற்கு அறிவுரை
கூற தகுதியில்லை எனக்கு.

ஒன்று மட்டும்
கடைசியாக,

வாழ்க்கையைக் கொண்டாடுங்கள்
தொலைத்து விடாதீர்கள்.

இயற்கை

சில்லென்று
பூத்துக் குலுங்கும்
மலர்கள்

மகிழ்ச்சியில்
மனம்.

மாலைக் கருக்கல் வேளை
கடற்கரையோர மணற்பரப்பு
பாதம் தொட்டுச் செல்லும்
நீரலைகள்.

ரம்மியமான இரவுப் பொழுது
யாருமில்லா தனிமை
உடல் உரசிச் செல்லும்
இளம் தென்றல் காற்றின் இனிமை

அடர்ந்த காடுகளிலே
சருகுச் சத்தத்தின்
பயணத்திலே
ஏற்படும் அனுபவம்

உருக்கி விட்ட வெள்ளிபோல
பாய்ந்து வரும்
நீரருவிகள்

துருவப் பிரதேசத்தின்
அடர்ந்த வெண் பனிப்படலங்கள்
இயற்கை,

கண்களுக்கு குளிர்ச்சி
மனதிற்கு மகிழ்ச்சி

மனிதனுக்கு
கிடைத்த வரப்பிரசாதம்

மனதை மலர்த்தும் மகாசக்தி.

நண்பனுக்கு

நண்பா !

வெளியே வா!

நான்கு சுவர்களுக்குள்ளாக
அடைபட்டுக் கிடந்தது போதும்.

உடைத்தெறிந்து
வெளியே வா !
உலகம் உன்னை வரவேற்க
காத்திருக்கிறது.

உண்மைகளை வேரறுக்கும்
பொய்யான கலாச்சாரத்தை தகர்த்தெறிந்து
வெளியே வா !

மதம் என்ற மாயையிலே
சிக்கித் தவித்தது போதும் நண்பனே !

கட்சிகள் என்ற பெயரிலே
உன்னை உருக்குலைக்கும்
போலி கௌரவத்தை உதறிவிட்டு
வெளியே வா !

சடங்குகள், சம்பிரதாயம்
என்ற போர்வையிலே
உன்னை மயக்கி வைக்கும்

கோட்பாடுகளை கிழித்தெறிந்து
வெளியே வா நண்பனே!

பழைய பஞ்சாங்கங்களை
எரித்து சாம்பலாக்கி
புத்துலகம் படைக்க
புறப்பட்டு வெளியே வா
நண்பனே !

தயங்கித் தயங்கி
வாழ்ந்தது போதும் நண்பனே
இனியும் தாமதிக்காதே !

பொங்கு புலியென
பாய்ந்து வெளியே வா !

எரிமலையென சீறி
எழுந்து வா !

நண்பனே !
உலகம் மிகப் பெரியது.
பயம் என்ற
களையை பிடுங்கியெறிந்து
துணிச்சல் என்ற
ஆயுதத்தை கையிலெடு !

உலகம் உன் வசப்படும்.

ஒரு கண்ணீரின் கதறல்

(உடம்பை விற்று பிழைப்பு நடத்தும் பெண்ணின் கண்ணீர் துளிகள் பேசுகின்றது)

நான்
மனிதர்களை சந்திக்கவே இல்லை.

உணர்ச்சிகளுக்கு
வாய்ப்பளிக்கும் மனிதா
சற்று
மனித உணர்வுகளுக்கும்
மதிப்பு கொடு.

கண்ணீர் துளிகளை
பதிவு செய்ய இயலாததால்
என்
சோகங்களை சொல் நீரால்
பகிர்கின்றேன்.

கிழிசல்களை மட்டுமே
பார்க்கத் தெரிந்த
மரத்துப் போன மனசாட்சிகள்
வாழுகின்ற உலகம்.

தினம் தினம்
என் மனசாட்சியை விற்று தான்
வாழுகின்றேன்

கண்ணீரின் கனம்
தாங்க முடியாமல்
ஒடிந்து விழுகிறேன்.

வேதனைத் துளிகளின்
வெப்பம் தாங்க முடியாமல்
உருகிப் போகிறேன்.

ஆதிக்க சமுதாயமே !

ஆணுக்கு ஒரு நீதி
பெண்ணுக்கு ஒரு நீதி
என்பதை மாற்றி
மனிதனுக்கு நீதி
என்று கூறி
மானிடத்தை மகத்துவப்படுத்துங்கள்.

மனிதா !

உன்னை மாறச் சொல்லவில்லை
உன் சிந்தனையை மாற்றச் சொல்கிறேன்!
உன் வாழ்க்கையை மாற்றச் சொல்லவில்லை
வாழ்க்கை நெறிமுறையை மாற்றச் சொல்கிறேன் !

என்ன செய்வது !
சமுதாயத்தின் மீது
விழுகின்ற கீறல்கள் கூட
கோணல்களாகத் தான் இருக்கின்றது.

ஏ ! மக்கிப்போன
மனித சமுதாயமே !
உன் நிழல்களையாவது
நேர்கோட்டுப் பாதையிலே செலுத்து.

சிதிலம் பிடித்த செதில்களே
சரித்திரத்தின் காலக்கறைகளே

இனியாவது
உணர்வுகளுக்கு உருவம் கொடுக்க
கற்றுக் கொள்ளுங்கள்.

போதும் !
என் கண்ணீர் துளிகள்
செந்நீர் துளிகளாக
மாறும் முன்பே
விடைபெறுகிறேன்
உங்கள்
வித்தியாசமான கலாச்சாரத்திலிருந்து!

என்
உவர்ப்புத் துளிகள்
உங்கள் உள்ளங்களை
நனைக்காவிட்டாலும்

உதடுகளையாவது
உரசிச் செல்ல அனுமதியுங்கள்.

ஒரு பாய்மரக் கப்பலின் பயணம்

சிறகிருப்பதால்
பறவைகள் பறக்கின்றன

மனச் சிறகுகள்
பறப்பது
எந்த இறகுகளின் பின்னல்களால்?

ஆசைகள் இருப்பதால் தான்
வாழ்க்கை இனிக்கிறது !

தத்துவத்தை சுமந்து
வானை அண்ணாந்து
பார்த்தவாறு
பாய்மரக்கப்பல் பயணமாகிறது .

திசை தெரியாது
திக்கும் தெரியாது
துடுப்பு இல்லை
துணையும் இல்லை

காற்றடிக்கும் திசையிலே
கவலையற்ற பயணம்.

பரந்து விரிந்து
உலகை சூழ்ந்திருக்கும்
கடலலைகளின் மேலே
கடைசிப் பயணம்

திரும்புவேனா இல்லையா
தெரியாது.

இலட்சியத்தை தேடிச்
சென்றவன் என்று
எழுதிவையுங்கள்.

●

முரண்பாடுகள்

சுடுகின்ற நெருப்பு
குளுமை தரும் தணப்பு

வாட்டி எடுக்கும் வறுமை
உல்லாசமான செழுமை

மனதை வதைக்கின்ற சோகம்
அது தணிக்கும் மகிழ்ச்சி

முகம் சுளிக்க வைக்கும் கசப்பு
நாவிற்கு சுவை தரும் இனிப்பு

ஒளிமயமான பகல்
நடுங்க வைக்கும் இரவு

உண்மை பேசும் அரிச்சந்திரர்கள்
நிமிடத்திற்கொன்று கூறும் பொய்யர்கள்

சேர்த்த பணத்தை எவ்வாறு
செலவழிப்பது ஒருபுறம்

அடுத்த வேளை உணவு எப்போது
ஏங்குகின்ற ஏழை மறுபுறம்

முரண்பாடுகளாக இருக்கிறதே
உலகம்
என்று முடங்கி விடாதே
மனிதா!

முரண்கள் இருப்பதால் தான்
வாழ்க்கை இனிக்கிறது !
உலகம் உருள்கிறது !

எழுத்தாளன்

எண்ணத்தின் வேகத்தை
எழுத்திலே காட்டுபவன்

இரவும் பகலும்
ஒன்றுதான்
இவன் அகராதியிலே !

சுற்றி நடக்கும்
நிகழ்வுகளைச்
சுவையாகக் கூறுவான்.

கூன் விழுந்த சமுதாயத்தின்
குறை கண்டு
பொங்கி எழுவான்.

உணர்ச்சி வேகத்தில்
உளறமாட்டான்
உண்மைகளை உள்ளவாறு
எடுத்துரைப்பான்

பாவப்பட்ட சமுதாயத்தின்
பழிபோக்க
வழி தேடுவான்

எழுதுகோல்
இவன் வைத்து
வழிபடும் கடவுள்

சொல்
இவன் எடுத்தாளும் ஆயுதம்

மொழி
இவனுள் உறைந்திருக்கும் ஆன்மா

சொல்லை கூராக்கி
மொழியால் கணை தொடுப்பான்.

அவசியமில்லாமல்
அடுத்த பக்கத்தில்
கோடு கூட கீற மாட்டான்.

வாழ்க்கை நடத்தும்
கதாகலாட்சேபத்தை
கண்டு ரசிப்பான்.

நிழல் உலகில்
சஞ்சரிப்பவனில்லை

நிஜ உலகத்தின்
சாராம்சம்.

ஒரு
உண்மை சொல்லட்டுமா !

இவன்
வாழுகின்ற உலகம் வேறு
அங்கு மனிதர்கள் இல்லை.

உணர்வுகள் மட்டுமே
உயிர் வாழ்கின்றன.

வறுமை

இந்தியாவின்
பரம்பரைச் சொத்து.

பலருக்குத்
திறமை வழங்கும்
அட்சயப் பாத்திரம்.

அனுபவித்தவனுக்கு
அதன்
ஆழம் புரியும்.

உணர்ந்தவனுக்கு
அதன்
உண்மை தெரியும்.

பொதிந்து கிடக்கும் அதிசயமும் விரிந்து கிடக்கும் ஆச்சரியமும்

உலகத்தின் தோற்றத்தை
ஒருமுறையேனும் சிந்தித்திருக்கிறாயா?

பூமியை உருட்டி விட்டவன்
யாரென்று அறிந்து கொள்ள
ஆர்வம் ஏற்பட்டதில்லையா !

ஆகாயத்தை அளந்து பார்க்க
ஆசை இல்லையா ! உனக்கு.

மின்னுகின்ற நட்சத்திரங்களை
கோர்த்தெடுத்து
மாலையாக்க எண்ணியதுண்டா.

பூக்களின்
வாசனையை
முகர்ந்திருக்கிறாயா !

பூவுக்குள்
தேனை ஊற்றி வைத்தவன் யார்?
தெரிந்து கொள்ள ஆசையா?

பறக்கின்ற வண்டுக்கு
அதை அறிவித்தவன் யார்?
எனத் தெரிய வேண்டுமா?

பொங்கு புலியென
பாய்ந்து வரும்
கடல் அலைகளின்
அழகை ரசித்திருக்கிறாயா?

கரைகளை ஏற்படுத்தி
கட்டுப்பாட்டுக்குள்
ஓடுகின்ற நதிகளின்
போக்கை நின்று
கவனித்திருக்கிறாயா?

சீரான பசும் புல்வெளி
புல்லின் நுனியில்
நீரின் துளி

நுனிப் புல்லில் நீர்த்துளி
நிற்பது எப்படி?
தெரிந்து கொள்ள ஆவலா?

வேரின் பிடியில்
மரம் நிற்கும்
மகா அதிசயம் எப்படி?

அடர் காடுகள்
கிளை பரப்பி
விரிந்தது எவ்வாறு?

நிலாத் துண்டு
பசை போல்
ஆகாய சமுத்திரத்தில்
ஒட்டியது எப்படி?

தினம் தினம்
சூரியனை
எழுப்புவது யார்?
அறிந்து கொள்ள
விருப்பமா?

முக்கால் பரப்பை
முழுதாக ஆக்கிரமித்திருக்கும்
நீர் எங்கிருந்து வந்தது?

தனிமையின்
இனிமையை
ரசித்து அனுபவித்ததுண்டா?

அணுவளவு சக்தி
தாயின் கருப்பையில்
உயிராக
மாறுவது எப்படி?

கடவுள்
எங்கே இருப்பார் ?

எல்லா பிரபஞ்சத்துக்கும்
ஒரே கடவுளா?

இயற்கை அறம் தான்
கடவுளா ?

என்ன
செய்து கொண்டிருப்பார்?
கடவுள் !

கேள்விகள் பிறந்ததுண்டா?
உன் சிந்தனையில் !

அறிவியல் ஆயிரம்
காரணம் கூறினாலும்
இயற்கை
அதிசயமானது
நண்பனே!

அமைப்பு

பல
மனிதர்கள்
பல்லாயிரக்கணக்கான
குணாதிசயங்கள்

அனைத்துக்கும்
ஆதாரமான பசி
பசி போக்க உணவு
உணவுக்காக உழைப்பு

உழைப்பினால் வந்த
களைப்புக்கு உறக்கம்

உடல் தினவுக்கு காமம்
ஆணென்றும் பெண்ணென்றும்
இரு பிரிவு
அதன் மூலம் புது உறவு

கொடுமை கண்டு
அறச் சீற்றம்

பிரபஞ்சத்தின் அமைப்பு
பிரமிப்பில் ஆழ்த்தும்

வியப்பின் நுனியில்
நிறுத்தும்.

●

இறைவனிடம் ஓர் கேள்வி

அந்தத் தூரிகை எங்கே?

கக்கும் கனலாய் பல் வண்ண நிறம் காட்டும் பரிதி
தாங்கும் நிலமாய் மண்
பரவி நிறைந்திருக்கும் பவ்வம் (கடல்)
உயிரின் இருப்பை அசைக்கும் காற்று
விரிந்து கிடக்கும் வான வெளி

ஐவகைப் பொருள் கொண்டு
வியக்கும் அழகாய்
இப்பேருலகை
வரைந்த
அந்தத் தூரிகை எங்கே?

எங்கே இருக்கிறாய் நீ?

இதயத்தைத்
திறந்து கிளறிப் பார்த்தேன் !
காணவில்லை.

மூளை அடுக்கிற்குள்
புதைந்து கிடக்கிறதா?
அகப்படவில்லை

திசுவின்
செல்களுடன் பேசிப் பார்த்தேன்,
தென்படவில்லை

பார்க்கின்ற கண்கள் தான்
உருமாறி உடலுக்குள்
சென்று
மாற்றம் பெறுகிறதா?

பேசுகின்ற சொற்கள்
செவி வழிச் சென்று
விகாரமாய்
வடிவம் பெற்று
உருவம் கொடுக்கிறதா?

சுவாசிக்கும் நாசி
வாயு ரூபமெடுத்து
மாறி நிற்கிறதா?

பொய்யான மெய் தான்
மாயையாய்
தோற்ற மெடுக்கிறதா?

மனமே !
உன்னைத் தான்
தேடுகிறேன்

எங்கே இருக்கிறாய் நீ !

வேர் நீ

முள்
வெடித்து துடிக்கிறாய்

வேர்
பற்றி இறுகியிருக்கிறாய்

மின்னல்
மிளிரும் ஒளியாயிருக்கிறாய்

உயிர்
ஓய்வற்று இயங்குகிறாய்

சொல்
பொருளாய் மலர்கிறாய்

கவிதை
உணர்வில் கலக்கிறாய்

மொழி
எண்ணத்தில் எழுகிறாய்

ஆம்!
தமிழே ! மொழியே !
என் வேர் நீ.

அழுகிய பழம்

அழுகிய பழம்
அநாதியாய்
கேட்பாரற்று கிடந்தது

மிதிபட்டு
வழுக்கி விழுந்தான்
ஒருவன்

மற்றொருவன் எடுத்து
ஓரமாக எறிந்தான்

இன்னொருவனுக்கு
அது
ஒருவேளை உணவாயிற்று.

●

பூ

பரிசுத்தமான
காலை வேளை
பூ
மலர்கிறது

மலர்ந்த பூக்கள்
இப்போது
பூக்கூடையில்

பாவையின் கூந்தல் ஏறி
பளிச்சென்று நிறம் காட்டி
மங்கலப் பொருளாய் மாறியது.

மலர் மஞ்சமாக்கி
இன்பத்தை சுவைத்ததில்
போதையூட்டியது பூ !

சாமிக்கு சரிநிகர்
சமானமாக சந்நிதியில்
அர்ச்சனைப் பொருளாய்.

மாலை வேளை, பூ
புறக்கணிக்கப்பட்ட பொருளாய்
வாடியிருந்தது.

அரை விழி திறந்து
அண்ணாந்து பார்த்தது.

படைத்தவன்
பாவமாக
பார்த்துக் கொண்டிருந்தான்.
●

கண்டுபிடியுங்கள் பார்ப்போம்?

இது
ஒரு வெட்டித் தெறிக்கும் மின்னல்
ஆனால் எப்போது மின்னும் என்பது தெரியாது.

இது ஒரு மேகம்
ஆம், எப்போது வேண்டுமானாலும் மழை பொழியலாம்.

இது ஒரு பூச்செடி
ஆனால், எப்போது பூக்கும் என்று தெரியாது.

இது, மோதாமலே உராய்வை
ஏற்படுத்தும் இயற்பியல் நிகழ்வு
ஆனால், எப்போது நிகழும் என்று அறிய முடியாது.

இது, ஒரு சந்திப்பு
ஆனால் எப்போது ஏற்படும் என்று கூற இயலாது.

இது ஒரு கவிதை.
ஆனால், எப்போது பிறக்கும் என்று கணிக்க முடியாது.

கண்டுபிடித்தீர்களா?

அது
மனச் சங்கமத்தில்
பூவாய் மலர்ந்து
அன்பாய் மணம் பரப்பும்.

தொலைந்து போன நினைவுகளும் தேடுகின்ற அவனும்

நினைவுகள் ஒரு கொடுமை
நினைவுகள் ஒரு பலகீனம்
நினைவுகள் ஒரு பலம்
நினைவுகள் ஒரு பூச்செண்டு

இதயத்தில் புதைக்கப்பட்ட
நினைவுகள் ஒவ்வொன்றாக
திறந்து கொள்கின்றன.
அதே வேளை,
பல பருவங்களில் கடந்து போன
பக்கங்கள் ஒன்றன்பின்
ஒன்றாக ஞாபக அலையில்
வந்து போகின்றன.

நினைவுகள் எல்லாம்
பல முடிச்சுகளாக
கட்டப்பட்டு இதயத்தின்
இடுக்குகளில்
புதையுண்டு போயிருந்தன.

ஒரு மழைக்கால இரவொன்றின்
பாதி இராத்திரியில் எழுந்து
மழையை ரசித்துக் கொண்டிருக்கும் போது
ஒரு முடிச்சு அவிழ்க்கப்படுகிறது.

துள்ளி ஆடி ஓடித் திரிந்த
கவலைகளற்ற குழந்தை பருவத்தின்
ஞாபகங்களை அசை போட்டது அது.

ஒரு நாள்
தெருவில் நடந்து போகும் போது
யாரோ கடந்து போகிறார்கள்.

எதிர்பாராத விதமாக
மற்றுமொரு முடிச்சு தானே அவிழ்கிறது.

அது இளமையின்
ஞாபகச் சன்னல்களை
திறந்து வைத்து
இறக்கை இல்லாமல் வானத்தில் பறந்து
பல நினைவுகளை வீசிச் சென்றது.

ஒரு
தொலைதூர ரயில் பயணமொன்றின்
சன்னலோர இருக்கையில்
அமர்ந்திருக்கையில்
வாழ்க்கையைச் சந்திக்க மனமின்றி
வெறுமையாய் கடந்து போன
பக்கங்களை
அந்த எதிர்க் காற்றின்
வேகத்தோடு முகத்தில்
அடித்துவிட்டுச் சென்றது.

கடற்கரையில்
யாருமற்ற மணற்பரப்புகளில்
அமர்ந்திருக்கையில்
காலத்தின் கசப்பான
சுவடுகள் அழுத்திச் சென்றன

ஒரு மாலைவேளை
தனிமையின்
இனிமையை சுவாசங்களால்
பருகிக் கொண்டிருக்கும் போது

திறக்கப்படாத
ரகசிய முடிச்சொன்று
திறக்கச் சொல்லி வற்புறுத்துகிறது.

திறக்க மனமின்றி
அவிழ்க்கப் படாமலே வைக்கப்படுகிறது.

எல்லா முடிச்சுகளும்
கட்டப்பட்டு
அதனதன் இடங்களில்
இதய அடுக்குகளில்
புதைக்கப்படுகின்றன.

மீண்டும் என்றாவது
திறக்கப்படுவோம்
என்ற நம்பிக்கையில்.

கவிதை என்பது

கவிதை என்பது என்ன?

சொல்லா? சொல்லின் பொருளா?
கல்லா? இனிக்கும் கற்கண்டா?
மண்ணா? மரமா?
வைரமா? வைடூரியமா?

அது
ஒரு உயிர்.
சொற்கள் அதன் உடல்.

சொற்களில் நுழைந்து
உருவமாகிறது.

அது தான் கவிதை.

●

சாமியின் சக்தி

தெருமுனையில் உள்ள
அந்தக் கோவிலில்
ஒரே கூட்டம்.
சாமிக்கு சக்தி வந்து விட்டதாம்.

எதிர் முனையில் உள்ள
சாமி நினைத்தது.
இவ்வளவு கூட்டம் வந்தால்
எனக்கும் சக்தி வரும் என்று.

●

ஒரு நாள் உருள்கிறது

பூமி ஒருமுறை உருண்டதில்
சூரியக் கதிர்கள் பூமியில் பட்டு
அடுத்த நாளை உலகிற்கு
அறிமுகப்படுத்தியது.

வெறிச்சோடிக் கிடந்த சாலைகள்
யாவும் பரபரப்புக்கு மாறி
அவசர உலகில் வாழ்கிறோம்
என்பதை அறிவித்தது.

அவரவர் வேலையை
அவரவர் செய்கிறார்கள்

பூட்டப்பட்ட கடையொன்றின் வாசலை
இருப்பிடமாகக் கொண்ட வீட்டிலிருந்து
ஒரு குழந்தை பள்ளிக்கு
கிளம்பிக் கொண்டிருக்கிறது.

ஒருவனின் தூக்கம்
மற்றொருவனால் நிர்ணயிக்கப்படுகிறது.

பிச்சைக்காரன் வழக்கம்போல்
இன்னும் பிச்சைதான்
எடுத்துக்கொண்டிருந்தான்.

மனிதர்கள் யாவரும்
எந்திரங்களாக மாறியிருந்தனர்.

இயற்கை வளத்தை
ஆராயும் செயற்கைகோள் போல்
மனிதநேயத்தை ஆராய
வருங்காலத்தில் செயற்கைகோள்
அனுப்பப்படுமா?

நாகரீக வளர்ச்சியடைந்தவன் - என்று
அறிவித்துக் கொள்ளும்
மனிதன்
இன்னும் போரிட்டுக்கொண்டு தான்
இருக்கிறான்.

உண்மைதான்,

அவரவர் வேலையை
அவரவர் செய்கிறார்கள்.

பூமி அடுத்த முறை உருண்டதில்
புதிய வெளிச்சம் பூமியில் பட்டு
அதற்கு அடுத்த நாளை உலகிற்கு
அறிமுகப்படுத்தியது.

●

ஒரு மனிதனும் அவன் காகிதக் கப்பலும்

காகிதத்தில்
கப்பலொன்று செய்து
தரையில் விட்டுக் கொண்டிருந்தான்
அந்த, ஒரு மனிதன்.

எல்லோரும்
பார்த்து பரிதாபப்பட்டார்கள்.

ஏ ! பைத்தியமே
அது காகிதக் கப்பல்
ஓடாது என்றான் ஒருவன்.

அவன்,
பட்டெனப் பதில் சொன்னான்.

என் கப்பல்,
தரையிலும் ஓடும்
ஆகாயத்திலும் பறக்கும்.

எப்படி? என்றான்
மற்றொருவன்.

தரையில் வைத்து
தள்ளி விட்டான்
காகிதக் கப்பலை
அது ஓடியது.

கையில் எடுத்துக் கொண்டு
ஓடினான்,
அந்தக் கப்பல்
ஆகாயத்திலும் பறந்தது.

உன் வரைமுறையை
உன்னோடே வைத்துக் கொள்.
என்னுள் திணிக்காதே.
என்றான் அவன்.

அன்று இரவு
ஆனந்தமாக தூங்கினான்
அந்த, ஒரு மனிதன்.

●

ஒத்திப் போடப்பட்ட பேச்சுவார்த்தை

சாமிகள் எல்லாம் சேர்ந்து
கூட்டம் போட்டனர்
மனிதனை அழிவிலிருந்து எப்படி
காப்பாற்றலாமென

மனிதர்கள் சேர்ந்து
கூட்டம் போட்டனர்
சாமிகளை எப்படி அழிவிலிருந்து
காப்பாற்றலாமென

இரண்டு கூட்டங்களுமே
முடிவு ஏதும் எடுக்கப்படாமல்
ஒத்தி வைக்கப்பட்டன.

இன்னொரு
நல்ல நாளுக்காக.

கடவுளின் நிலை

நினைத்தது நடந்தது
கடவுள் நல்லவர் என்றான்.

நினைத்தது நடக்கவில்லை
கடவுள் கெட்டவர் என்றான்.

கடைசியில் ஒரு
முடிவுக்கு வந்தான்.

கடவுள்
சிலசமயம் நல்லவர்
சிலசமயம் கெட்டவர்.

எல்லா மனிதர்களின்
குண, மன நிலையைப் போலவே.

●

பட்டமரத்தின் காத்திருப்பு

சில ஆண்டுகளுக்கு முன்பு
நட்ட மரம் ஒன்று
இன்னும்
பட்ட மரமாகவே இருக்கிறது.

ஏனென்று புரியவில்லை
எதனாலென்று காரணம்
விளங்கிக் கொள்ள முடியவும் இல்லை.

பூமி அதை பாரமாக
நினைக்கவும் இல்லை

என்றாவது ஒரு நாள்
துளிர்ப்போம் என்ற நம்பிக்கையில்
வானம் பார்த்து காத்திருக்கிறது
அந்த மரம்.

இன்னொரு உயிர்ப் பூ

ஒரு பூ பூத்தது

வண்டொன்று நினைத்தது
உணவு(தேன்) கிடைத்து விட்டதென்று.

பெண்ணொருத்தி பறித்து
அதை
தலைப் பூ ஆக்கினாள்.

விற்றுக் காசாக்கினான்
வியாபாரி .

ஞானி ஒருவன் பார்த்தான்
பூ உதிரும் வரை
பார்த்துக் கொண்டே இருந்தான்.

கவிஞன் ஒருவன் பார்த்தான்
அங்கே இன்னொரு உயிர்ப் பூ பூத்தது.

ஆம் ! ஒரு கவிதை பிறந்தது.

கோடிக் கண்கள்

பூமி ஒருமுறை
நின்று பார்த்தது

சூரியன் ஒருமுறை
கண் மூடித் திறந்தது

அவள் அழகைக் காண
கோடிக் கண்கள் வேண்டும்

அதனால் தான்
நட்சத்திரங்கள் மினுமினுக்கும்
இரவுப் பொழுதில் வா ! என்றேன்.

கவிதைக் காட்சி

வைகறை பொழுது
புல் துளிர்த்து சிறு அசைவால்
உயிரின் இருப்பைக்
காட்டியது.

புல்லின்
நுனியில் ஒரு பனித்துளி பட்டு
மினுங்கியது.

அசைந்தால் ஆடி விடுமென
பூமி இயக்கமற்று நின்றது.

ஒலியின் அதிர்வில்
சிதறி சிதையாமல்
பறவைகள் பாதுகாத்தன.

கதிரவனின் ஒளிக் கீற்றால்
உடைந்து விடாது
மேகம் மறைத்து உதவியது.

இப்படி,
ஒரு கவிதை
காட்சியாய் மலர்ந்த
தருணம் கண்டு
இயற்கை வணங்கி
வாழ்த்திய அதிசயம்
நிகழ்ந்தது.

●

அன்பின் சுவாலை

சொல்லாமல் விடப்பட்ட
காதலின் நினைவலை ஒன்றும்
நிராகரிக்கப்பட்ட காதலின்
வலி ஒன்றும்

நினைவலையின் சங்கீதத்தோடும்
வலியின் துயரத்தோடும்

சொர்க்கத்திற்கும்
நரகத்திற்கும்
இடைப்பட்ட இடைவெளி ஒன்றில்
சந்தித்துக் கொண்டன.

அங்கே பூத்தது
ஒரு
புதிய அன்புச் சுவாலை.

கடலுக்கடியில்

கடலுக்கு அடியில்
யாருக்கும் தெரியாமல்
புதைக்கப்பட்ட,
புறக்கணிக்கப்பட்ட
ஆன்மாவின்
நினைவுக் குமிழ் ஒன்று

சொல்லொணா சோகங்கொண்டு
அலையில் மிதந்து
கரையை வந்தடைந்தது.

ஒரு நிமிடம்
நின்று பார்த்துவிட்டு

மீண்டும் கடலுக்கடியிலே
சென்று
புதைந்து கொண்டது.

●

இயற்கையின் ரகசியப் பேச்சு

பூவைப் பார்த்தான்
தினம் தினம் பிறக்கும்
இரகசியம் அறிந்தான்.

பறவையைப் பார்த்தான்
கனம் இழத்தலின்
சுகத்தை
மாறி மாறி சுவைத்தான்.

மரங்களைப் பார்த்தான்
வேர் ஊன்றி கிளை பரப்பும்
அடையாளச் சின்னம் படித்தான்.

மேகங்கள் பார்த்தான்
பிறருக்குப் பயன்படுவதின்
மகத்துவம் அறிந்தான்.

மலைகளைப் பார்த்தான்
உறுதியாய் வாழ்வதின்
அசையா மந்திரம் அறிந்தான்.

காற்றைப் பருகினான்
இருந்தும் இல்லாத
இறைவனை உணரும்
தன்மை அறிந்தான்.

கடலலைப் பார்த்தான்
முயற்சியின் சுவாசம்
அறிந்தான்.

ஆழ்கடல் அறிந்தான்
மௌனம் கற்றான்.

வானைத் துழாவினான்
அது ஒரு வெற்றுக்
காகிதத்தை அவன் மேல்
வீசிவிட்டு
விருப்பம் போல் வரைந்து கொள்
என்றது.

ஆம் ! உண்மைதான்
மனிதனிடமிருந்து
எதையுமே கற்கவில்லை
அவன்!

●

காட்சிப் பொருள்

ஒரு ரூபாய் கொடுத்து
திருவிழாச் சந்தையிலே
வாங்கிய உண்டியல்
இன்னும் காட்சிப் பொருளாகவே
இருக்கிறது

அந்த
ஏழையின் வீட்டில்.

பூ பூக்கும் நேரம்

அது ஒரு
பூக்கள் பூக்கும்
சோலை.

நேற்று வரை
அந்தச் செடி
பூக்கவும் இல்லை
செழிக்கவும் இல்லை.

அப்போது, அங்கே
விழிகள் நான்கு
சந்தித்துக்கொண்டதில்
உயிர்கள் இரண்டு
கலக்கும் அதிசயம்
நிகழ்ந்தது.

நிலவும் சூரியனும்
ஒரு முறை
பார்த்துக் கொண்டன.

சொர்க்கமும் நரகமும்
ஒரே நேர்கோட்டில்
வந்து போனது.

பூமியில் ஒரு
அதிர்வு பரவியது.

வானில் ஒரு
மின்னல் தோன்றி மறைந்தது.
நட்சத்திரங்கள் கூடி
வரவேற்பு நடத்தின.

மேகம் மழை
பொழிந்தது.

பூஞ்சோலை மகிழ்ச்சியால்
குலுங்கியது.

உணர்வுகள் காற்று வழி பரவி
சுவாசங்களை அடைந்து
வெப்பம் உண்டானது.

வேரில் ஈரம்
கசிந்தது.

அன்று
அந்தச் செடியில்
ஒரு பூ
பூத்தது.

●

அந்த தெருவின் குப்பை வண்டி

காலிப் பால் உறை
மிஞ்சிய சோறு
வயதான உதிர்ந்த சருகுகள்
காலுடைந்த விளையாட்டுப் பொம்மை
தூக்கியெறியப்பட்ட அறுந்த செருப்பு
புறக்கணிக்கப்பட்டு வீழ்ந்த தலைமுடி
காற்று நிரம்பிய வெற்றுக் குப்பிகள்
கூட்டிச் சேர்த்த சிதறிய தூகள்கள்

கிழித்துப் போடப்பட்ட
ரகசிய காகிதங்கள்
நேற்று பெய்த மழையில்
மிஞ்சிய ஒன்றிரண்டு துளிகள்

காற்றில் பரவி
நாசி ஏறித் துளைக்கும்
இவற்றின் நாற்றம்

அதோடு சேர்த்து
அவனின்
சில நினைவுகளையும்
சுமந்து கொண்டு செல்கிறது

அந்த தெருவின்
குப்பை வண்டி !

சிதறிய மனிதம்

அடுத்த வேளை உணவுக்காக
நீண்ட கைகளை
தட்டி விட்டபோது
தெறித்து விழுந்த எஞ்சிய
சில்லறைகளோடு
உன் மனிதமும் சேர்ந்து
சிதறியதைக்
கவனித்தாயா! நண்பனே!

●

அசையும் நிழல்

நின்று
கொண்டிருக்கிறான்.

அசைந்து கொண்டிருக்கிறது
அவன் நிழல் !

●

எப்படிப் புரியவைப்பது?

நடுச்சாமம்
மயான அமைதி
வீதியில் உறங்கும் மனிதன்
கரையும் காகம்,

எப்படிப்
புரிய வைப்பது?

அந்தக்
காகத்துக்கு !

அவனுக்கென்று
யாருமில்லை
என்பதை.

●

மீண்டும் அந்த ஞாபக முத்துக்காக!

மழையில் நனைந்த பூமி
தன்
ஈர மண்வாசனை மூலம்
புதைந்து போயிருந்த
அந்த ஞாபக முத்தை
மீட்டெடுத்துத் தந்தது.

மகிழ்ச்சி பரவி
மனது நிரம்பி வழிந்தது.

காற்றில் கரைந்து
உயிரின் ராகம் பாடினான்.

சுவாசத்தின் கொடிபிடித்து
விண்ணைத் தொட்டு வந்தான்
முழுமதியின் முகவரி அறிந்து
ரகசியமாய் பார்த்து வந்தான்.

பிறகு,
மழை நின்று போனது
மண்வாசனை மறைந்து போனது
ஞாபக முத்து உருவிப் போயிற்று.

இப்போது !

அவன் பூமி
வானம் பார்த்து காத்திருக்கிறது.

அந்த மழைக்காக !

அந்த
ஈர மண்வாசனைக்காக !

மீண்டும் முகிழ்க்க
நினைக்கும்
அந்த ஞாபக முத்துக்காக !

●

எச்சம்

பறந்து சென்ற பறவை
என் மேல் தான் இட்டுச் சென்ற
எச்சத்தின் மூலம்
விரிந்து கிடந்த வான் வெளியை
ஒரு முறை காட்டிச் சென்றது.

அன்று முதல்
பறவையை எனக்கு
ஆசானாக்கிக் கொண்டேன்.

அதன் எச்சத்தை
எரிபொருளாக்கி
இதயக் கூடுகளில்
பரவ விட்டிருக்கிறேன்.
நம்பிக்கை தீபமேற்ற !

பிரியத்தின் வாசனை

உன் வீட்டுக் கைக்குட்டை
முகவரி தேடி
பிரியத்தின் வாஞ்சையோடு
என் வீட்டு மரக்கிளையில்
வந்து ஒட்டிக் கொண்டது.

எதிர்பார்க்கப்பட்ட சிநேகத்தால்
குறி தவறி எறியப்பட்ட
கல் ஒன்றினால்
கிழிக்கப்பட்ட அது
ஒதுக்கப்பட்ட அறையின்
சன்னலின் வழியாக
என் அறைக்குள் புகுந்து கொண்டது.

வசந்த காலமும்
இலையுதிர் காலமும்
மாறி மாறி வந்ததில்
சென்ற திசை தெரிய வில்லை.

தூய்மையின் கரங்களோடு
நட்பின் சுவாசத்தோடு
கூரான ஊசி கொண்டு
கிழிக்கப்பட்ட
இதயத்தின் கீறல்களோடு
சேர்த்து

கைக்குட்டையை
கோர்த்துக் கொண்டிருக்கிறேன்.
அதே, கூர் ஊசியைக் கொண்டு.

ஒரு காட்சி

சில துண்டு
மேகங்களுக்கிடையே
ஒளிர்ந்த
முழு வட்ட
செந்நிறப் பரிதியை

கடந்து சென்ற
சிட்டுக் குருவி

அதை
இரு கூராக்கி
அரை வட்ட
துண்டுகளாக்கிக் காட்டியது.

●

உதிரும் இலைகள்

இலை
உதிர்கிறது !

அதனோடு
இரண்டு சொட்டு
கண்ணீர் துளிகளும்
சேர்ந்தே உதிர்கின்றன.

சூறைக் காற்று
இலையை
அடித்து செல்கிறது.

இலை சென்று
சேர்ந்த இடம்
மயானம்.

இலை
கண்ணீர் வடிக்கிறது.

இலைகளற்ற மரம்
எப்படி இருக்கும்?
மனிதர்களற்ற உலகம்
எவ்வாறு இருக்கும்?

மரத்தின் புறக்கணிப்பை
நினைத்து
ஒரு கண்ணீர்.
காற்றிடம் எதிர்த்து
நிற்க முடியாத
இயலாமையை
நினைத்து
மற்றுமொரு கண்ணீர்.

இலையோடு சேர்ந்து விழுந்த
இரு கண்ணீர் துளிகளும்
இலையின் கண்ணீரைத்
துடைக்கின்றன.

இலை
இப்போது
சருகாகக் கிடக்கிறது.

சருகுகளின் சத்தத்தில்கூட
சங்கீதம் இருக்கிறது
என்ற எண்ணம்
இப்போது தான்
இலைக்கு புரிகிறது.

தூரத்தில்
ஒரு குரல் கேட்டது
எல்லா இலைகளும்
உதிரும் இலைகள் தான் !

இது ஒரு விசித்திரப் பறவை

இது ஒரு
புதிர் !

புரிந்தவர்கள் சொன்னதில்லை
சொன்னவர்கள் புரிந்ததில்லை.

இதை விடுவிக்க
நினைத்து
விடை காண முடியாமல்
அழிந்து போன
ஆத்மாக்கள் ஆயிரமாயிரம்.

இது
வரையறைக்கு
அப்பாற்பட்டது.

வார்த்தைகளுக்குள்
சிக்காத
விசித்திரப் பறவை.

கண்களால் பேசும்
அபூர்வ மொழி.

அந்த நிமிடம்
மனசுக்குள் மத்தாப்பு
பூக்கள்
தோன்றித் தோன்றி
மறையும்.

இந்தப் பூ
எங்கே பூக்கும்
எப்படிப் பூக்கும்

இதுவரை
யாரும்
அறிந்ததில்லை.

அறிவு தோற்று
இதயம் மலர்ந்திருக்கும்
அற்புத தருணம் அது.

உச்சந்தலை முதல்
உள்ளங்கால் வரை
நடக்கும்
ரசாயனப் பரிமாற்றம்.

காலத்தின் சுவடுகள்
மீது
இதற்கென தனிச்
சரித்திரம் உண்டு

இதற்கு
சிறகுகள் இல்லை
ஆனால்
பறக்கத் தெரியும்.

இதற்கு
உருவங்கள் இல்லை
ஆனால்
உணர்வுப் பூக்களால்
நிறைந்து வழியும்.

இது ஒரு
பாதரசம்
பிடித்துப் பார்க்க நினைத்தால்
நழுவிக் கொண்டு ஓடும்.

துரத்திச் சென்று
அழைத்தால்
வெறித்து நின்று
பார்க்கும்.

இதை
எழுதாத கவிஞனில்லை
ரசிக்காத மனிதனில்லை.

ஆம் !
இது ஒரு
வண்ணத்துப்பூச்சி
மிகவும்
மென்மையானது.

உருவங்கள் மாறுவதால்
ஏற்படும்
உணர்ச்சி அல்ல அது.

இதயங்கள் மாறுவதால்
ஏற்படும்
இடப்பெயர்ச்சி.

உயிருக்குள்
உயிரைப் புதைக்கும்
ரகசிய வித்தை.

மனிதனை மனிதனாக
மலர்ந்திருக்கச் செய்யும்
மகத்தான சக்தி.

●

அவள் குறியீடுகளின் வடிவம்

அவள்
ஓர் குறியீடுகளின் வடிவம்

காற்றில் பறக்கும் கேசம்
கவிதையின் வடிவம்

விரிந்து கிடக்கும் நெற்றி
விண்ணின் சாயல்

வளைந்து நெளியும் புருவம்
ஓடும் நதியின் உருவம்

படபடக்கும் இமைகள்
பறவையின் இறகுகள்

கண்ணின் கருவிழி
உண்மையின் நேர்கோடு

நெற்றிச் சுருக்கினால்
ஆச்சரியக் குறி

விழி உயர்த்தினால்
வினாக் குறி

ஏறிட்ட பார்வையில்
அம்புக் குறி

உதடுகள் இரண்டும்
சமக்குறி

பெண்மையின் மென்மையோ
சதவிகிதக்குறி

வெட்கத்தை
விரல்களாலே
அரைவட்டமாக்குவாள்.

பூரிப்பில்
முகமனைத்தும்
முழுவட்டமாகும்

தெறித்து விழும் அருவியின்
சிதறிய நீர் முத்துக்களாய்
சிரிக்கும் பல் வரிசை

நட்சத்திரக் குறியாய்
கழுத்தின் சங்கு
உருண்டு மின்னும்

நாசியின் கூர்மை
அக்னி போல் சுட்டெரிக்கும்

நதியின் கரைபோல்
நீண்டு கிடக்கும்
நெடுங் கோடுகளாய்
வீசி நடக்கும்
கைகளும், கால்களும்
தாள சுதியில்

அவள்
அழகின் தொடக்கப்புள்ளி

அந்த
செவி மடல்கள் காட்டும்
அரைப் புள்ளியின் அசைவை

கூட்டிக் கழித்து
பெருக்கி வகுத்து
தொகுத்துப் பார்த்தால்
நிலா போல் முழுப்புள்ளியாய்
பிரகாசிக்கும் முகம்

அடைப்புக் குறிக்குள்
அடங்க மறுக்கும்
அழகின்
அட்சய பாத்திரம்
அவள்

ஆம்!
அவள் ஓர்
குறியீடுகளின் வடிவம்.

●

எல்லாம் நீயே

அசைகின்ற புல்லிலும் நீ
அசையாத கல்லிலும் நீ

சுழன்றடிக்கும் சூறாவளி நீ
மிதமாய் வீசும் தென்றலும் நீ

என் நினைவுகள் நீ
என் மறதியும் நீ

என் விருப்பும் நீ
என் வெறுப்பும் நீ

என் பாசம் நீ
என் கோபம் நீ

என்னை
கொல்பவளும் நீ
உயிர்ப்பிப்பவளும் நீ

என் பூமி நீ
என் வானம் நீ

என் ரணம் நீ
என் மரணம் நீ

என் தமிழே !
என் மொழியே !

என் உரம் நீ
என் இயக்கம் நீ

எல்லாம் நீயே !

தவற விட்ட மழைத்துளி

நினைவுகளின் கண்ணீர் துளிகள்
ஆவியாகி
மேகமாக உருக்கொண்டன

எப்போது மழை வரும் எனக்
காத்திருந்தான்

விதியின் காற்றில் அடித்துச் செல்லப்பட்ட
மேகம்
கண்காணா தொலைதூரத்தில்
எதிர்பார்ப்பற்ற
யாரோ மீது மழையை
பொழிந்து சென்றது

தவறவிட்ட மழைத்துளிக்காக
நினைவுகளின் ஆழத்தில்
கண்ணீர் துளிகளை சேர்க்கிறான்
மீண்டும் அவற்றை
மேகமாக உருமாற்ற !

●

விலாசம் தேடும் பிரியத்தின் வாசனைகள்

மலைமுகடுகளில்
மரக்கிளைகளில்
அடித்துக் கரையேறும்
அலையின் கால்களில்
சுற்றித் திரியும்
காற்றின் துணுக்குகளில்
ஒட்டியிருக்கும்
பிரியத்தின் வாசனைகள்
ஒன்று சேர்த்து
பகலும் இரவும் சந்திக்கும்
அந்த கருக்கல் நேரத்தில்
மெழுகின் திரியில் உருவாக்கப்பட்ட
வெளிச்சத்தைக் கொண்டு
காகிதப் பட்டமானது

புரிந்து கொள்ளப்படாத
மௌன பாசைகளும்
தெரிய முடியாத
மனதின் ஓசைகளும்

சிக்கித் தவித்து வர மறுக்கும்
சொற்களின் கூட்டணியாக
பல வார்த்தைகளும், சேர்ந்து
பசையாக ஒட்டப்பட்டன
சுழலும் காலக்கயிற்றின் மேல்

துண்டிக்கப்பட்ட காலத்தின்
சூழ்ச்சியால்
அறுந்து போன பட்டம்
நிலம் மறுத்து, நீர் மறுத்து
முட்டும் முகடு மறுத்து
ஒடிந்து சாயும் கிளை நழுவி
காற்றின் திசை மறந்து
ஆகாய வெளி நோக்கிப் பரவுகிறது
பாசப் பட்டம் !

பெயர் மறக்கப்பட்ட
விலாசத்தைத் தேடி !

எரிந்து முடிந்தது
மெழுகின் திரி
தொலைந்து போனதோ
வெளிச்சமும் சேர்ந்து

போய்ச் சேருமா
அந்த விலாசத்திற்கு
பிரியத்தின் வாசனைகளும்
தொலைந்து போன வெளிச்சமும் !

காத்திருக்கிறான்
காலத்தின் மேல்
வாசனையின் வரவை
எதிர்பார்த்து !

●

பச்சை விளக்கும் சிவப்பு விளக்கும்

பச்சை விளக்குக்காய்
காத்திருக்கும் வாகனங்களுக்கு
மத்தியிலே

சிவப்பு விளக்கு
வெளிச்சத்திற்காய்
காத்திருக்கிறாள் ஒருத்தி
இடுப்பில் குழந்தையோடு !

அடுத்த வேளைக்கு
உணவு வேண்டும் !

பிரிய நாய்க்குட்டி

அந்த பிரிய நாய்க்குட்டி
அவனை விட்டுப் பிரிந்து சென்று
இன்றோடு நாற்பதாவது நாள்

அன்பைக் கொட்டினான்
ஆசையை பொழிந்தான்
அள்ளி எடுத்துக் கொஞ்சினான்
பிரிந்து சென்றது ஏனென்று தெரியவில்லை

விட்டுப் பிரிய மனமின்றி
முட்டி மோதும் ஏக்கங்களுடன்
தனியாய் வாழ்கிறான்

யாராவது எங்காவது கண்டால்
அவனிடம் தெரிவியுங்கள்.
அதன் நிறம் பிரியம்
கழுத்தில் கட்டியிருக்கும்
கயிற்றின் பெயர் அன்பு.

அன்பின் சிப்பிகளைத் திறப்போம்

உவர்ப்பான கண்ணீர்
சிவப்பாக மாறியது ஏனோ?

பகலின் வெளிச்சத்தில்
உண்மைகள் கக்கிவிடும் என
விடிய மறுக்கிறது இரவு

காமத்தின் வெப்பத்தில்
சதைகள் எல்லாம் சருகுகளாகி
கருகிப் போகிறது

சுதந்திர இந்தியாவின்
இதயத்தில்
பல்லாயிரம் ஓட்டைகள்

கருப்பு முகமூடி போட்டு
மறைக்கப்பட்டு விட்டது
சமூகத்தின் கோர முகம்

வளர மறுத்து
வண்ணத்துப் பூச்சிகள் எல்லாம்
கூட்டுப் புழுக்களாகவே
இருந்து விடுகிறது

வேர்களை மறந்து
கிளைகளைச் செதுக்குகிறது
சமுதாயம்

வார்த்தைகளில் சிக்கிக் கொள்கிறது
உறவுகளின் வாழ்க்கை
புரிதலில் இருக்கிறது
வாழ்க்கையின் சொர்க்கம்

அன்பின் சிப்பிகளைத் திறப்போம்
பல முத்துக்கள் கிடைக்கும்
அறியாமையின் செதில்களை
அக்னி கொண்டு எரித்து
சாம்பலாக்குவோம்

சாகும்போது பாடும்
சங்கரா புராணத்தை
வாழும்போதே மெட்டமைத்து
இசையாக்கி மகிழ்வோம்

மனிதம் வளர்ப்போம்
மனிதனாய் இருப்போம்.

●

ஒரு மண்ணின் தாகம்

(ஒரு மண் பேசுகிறது)

இது
என் பூமி
என் தேசம்
என் வாழ்வு
என் உயிர்
என் பசி
என் உரிமை
என் தாகம்

இன்று

சீறிப்பாய்ந்த ஏவுகணைகளால்
குண்டுக் காயங்களால்
உடலெங்கும் பரவிநிற்கும்
அம்மை தழும்புகளால்
அழிந்து கிடக்கிறேன்.

செழித்து வளரும்
வயற்பரப்புகளை தொலைத்துவிட்டு
வறண்டு நிற்கும்
பாலைவனமாய்
வற்றிக் கிடக்கிறேன்.

கற்பை தொலைத்துவிட்டு
கண்ணீர் வடிக்கும்
பலநூறு ஆத்மாக்களின்
கதறல்களால்
உருகிக் கிடக்கிறேன்.
எதிர் காலத்தை தொலைத்துவிட்டு
வெற்றுக் காகிதங்களாய்
அலைந்து திரியும்

உயிர்களின் வலியால்
விம்மிக் கிடக்கிறேன்.

கனவுகளை புதைத்து விட்டு
உயிரற்ற கூடுகளாய்
உலவும் இதயங்களின்
சத்தத்தால்
ஓசையின்றி கிடக்கிறேன்.

சுதந்திர மண்ணில் தான் சாவு - என்று
உயிரை இறுகப் பிடித்து நிற்கும்
கைத்தடி கிழவனின் முனகல்களால்
வியர்த்துக் கிடக்கிறேன்.

பாராமுகமாய் திரியும்
சகோதர தேசங்களின்
புறக்கணிப்பால்
கூனிக் குறுகி நிற்கிறேன்.

தினம் தினம் அழுது கரையும்
கண்ணீரின் கனம் தாங்கமுடியாமல்
சக்தியற்றுக் கிடக்கிறேன்.

நீதி நீதி என்று ஓசையிடும்
ஓலக்குரல்கள்
என்
செவிப்பறையை
செவிடாக்கிவிட்டன.

மரித்து போன உண்மைகள் எல்லாம் - இந்த
மண்ணில் மனிதச் சடலங்களோடு
புதைக்கப்படும் போது - நான்
வெந்து போகிறேன், மக்களே.

என் இனமே!

விழுந்தவை எல்லாம் விதைகள் தான்
சேமித்து வைக்கிறேன் அவற்றை
விருட்சமாக்குவதற்காக!

என் எதிரிகளே! இப்படி

மலரப்போகும் பூவை
மொட்டிலே முறிப்பது நியாயமா?

வளரத் துடிக்கும் கிளைகளை
வெட்டி எறிவது முறையா?

முளைக்க நினைக்கும் வேர்களை
முகவரி தெரியாமல் சிதைப்பது நீதியா?

என் நண்பனே! நாம்

பாடைகளைப் பார்த்துப்
பயப்படும் தேசமல்ல
உயிர் போனாலும் - என்
உரிமை போகக்கூடாது என்னும்
உணர்வுடைய உண்மை தேசம்.

மண்டையோடுகளைக் கண்டு
மருளும் தேசமல்ல - இந்த
மண்ணின் மகிழ்ச்சிக்காக
தன்னை இழக்க நினைக்கும்
மக்கள் நிறைந்த மண் இது !

தாகமுள்ளவனுக்குத் தான்
வறண்ட நாவின் தவிப்பு புரியும்

பசித்தவனுக்குத் தான்
உணவின் ருசி தெரியும்

கூண்டு கிளிக்குத் தான்
சுதந்திர வாழ்வின் அருமை தெரியும்

அடைபட்டவனுக்குத் தான்
அடிமை வாழ்வின் கொடுமை விளங்கும்

நண்பனே!

தடுக்கப்பட்ட உணர்வுகளுக்காக
ஒடுக்கப்பட்ட உரிமைகளுக்காக
மறைக்கப்பட்ட உண்மைக்காக
மக்களின் சுதந்திர வாழ்வுக்காக
கிளர்ந்தெழுந்த போராட்டங்கள்
தோற்றதாக சரித்திரம் இல்லை.

சாதிய அரசும்
சர்வாதிகாரப் போக்கும்
வாழ்ந்ததாக வரலாறு இல்லை.

பொங்கி வரும் பேரருவியாய்
சுழன்றடிக்கும் சூறாவளியாய்
கனன்று நிற்கும் எரிமலையாய்
கரைபுரண்டோடும் காட்டாற்று வெள்ளமாய்
சீறிப்பாயும் ஏவுகணையாய்
அனல் பறக்கும் நெருப்பு கங்குகளாய்
வெடித்துச் சிதறும் அணுக்குண்டாய்
பசித்துக் கிடக்கும் கும்பியாய்
கொதித்துக் கிடக்கும் சுடுநீரின் கதகதப்பாய்
தகித்துக் கிடக்கிறது ,
இந்த மண்ணின் தாகம்.

சிந்தி விழும் இரத்தத்தின்
துளி ஒவ்வொன்றும்

வளரப் போகும்
பல நூறு விதைகளுக்கு
உயிர் கொடுக்கட்டும்.

நெஞ்சு துடிக்க
உயிர் பிதுங்கி
வெற்றுடலோடு கடந்து போகும்
ஆன்மாக்களின் கதறல்கள்
அந்த விண்ணை கீறி பிளக்கட்டும்
இந்த மண்ணை பிளந்து கீறட்டும் .

ஆம் ! நிச்சயமாக நம்
விடுதலையின் கீதம்
வானை இடிக்கும்
வரலாறு படைக்கும்.

உண்மை சரித்திரம் இதுவென
உலகெங்கும் முரசு கொட்டும்.

அந்த
சுதந்திரத்தை ருசிக்க
மலரப்போகும் புதுவாழ்வுக்காக
மரணபயமற்ற தமிழ் மண்ணுக்காக
விடியப் போகும் வெளிச்சத்துக்காக!

உன்னோடு சேர்ந்து
நம்பிக்கையோடு
நானும் காத்திருக்கிறேன் !

விடியல் வரும்
வெளிச்சம் கிட்டும் !

படைப்பின் அவலம்

(கடவுளுக்கு கடிதம்)

அனுப்புநர் : நலம் விரும்பி
பெறுநர் : கடவுள்

ஆண்டவனையே
கேள்வி கேட்பதா?

ஏன் கூடாது ?

அடிக்கின்ற கையை
வெடுக்கென்று பிடிப்பது போல்

படைக்கின்ற அவலத்தை
தடுக்கின்ற உரிமை உண்டு

வினாக்குறி போல் கேள்விக் கணை
தொடுக்கின்ற அதிகாரம் உண்டு

நிகழ்கின்ற தவறுகளை
நிச்சயமாய் சுட்டிக்காட்ட
சுதந்திரம் உண்டு

படைத்தவனே !
ஆணையிட உரிமையில்லை தான்

ஆனாலும்,
அறிந்தோ அறியாமலோ
செய்துவிட்ட
அவலத்தை அடிக்கோடிட
ஆசைப்படுகிறேன்.

முடிந்தால்
இனியாவது
திருத்திக் கொள்
மூலமே !

பெண்ணென்று ஓர் இனம்
படைத்தாய்
துணையாக
ஆணென்று ஓர் இனம்
உருவாக்கினாய் !

எங்கிருந்து கொணர்ந்தாய்
இடையின அரவாணி
வர்க்கத்தை

விரிந்து கிடக்கும்
உலகை படைத்துவிட்டு
விழி இரண்டை
பறித்துக் கொண்டாயே !
என்ன தவறு
செய்தான் அவன்.

செவி இரண்டை
செய்துவிட்டு
கேட்கும் திறனை
அபகரித்துக் கொண்டாயே
என்ன பாவம்
செய்தான் அவன்.

கால்களிரண்டை
உருவாக்கி
ஊன்று கோல்களால்

உலாவ விட்டுவிட்டாயே !
என்ன குற்றம்
செய்தான் அவன் !

படைத்தவனே
பரம்பொருளே
பாசமிக்கவனே

தன் இனத்தை
தானே
தீர்மானிக்க இயலாத
ஆத்மாக்களை
படைத்தது நியாயமா?

ஒளியை உருவாக்கிவிட்டு
விழியை எடுத்துக்கொள்ளல்
நியாயமா !

ஓசையை ஒலிக்கவிட்டு
செவியை மூடுதல்
நியாயமா ?

மனிதனை உருவாக்கி
அவன்
மன வளர்ச்சியை
உருவிக்கொண்டாயே

இறைவா !

உயிர் இருந்தும்
உணர்ச்சியில்லா
இந்த அவலம் ஏன் ?

கொடுமையிலும் கொடுமை
இந்த
மனித அவலத்திற்கு
மன்னிப்பே கிடையாது! உனக்கு.

ஆண்டவனே !
அகில உலகை ஆள்பவனே !
என்ன பதில்
சொல்லப் போகிறாய், நீ

நிகழ்கின்ற இந்த தவறுகள்
நிச்சயமாய் மாற வேண்டும்.

சரி !

நடந்தது போகட்டும்
இனியாவது
உன்
படைப்பின் அவலங்கள்
மறையட்டும்.

மண்ணிலே
மனிதர்கள் பிறக்கட்டும்
மனிதம் மலரட்டும்.

●

என்ன உலகம் இது?

நேற்று
தெருவிலே நடந்து சென்றான்
யாருமே பார்க்கவில்லை.

இன்று
பிணமாக செல்கிறான்
ஊரே கூடி நின்று
பார்க்கின்றது.

என்ன உலகம் இது?

●

சபதம்

உலகின்
ஒட்டுமொத்த
கண்ணாடிகளே!

உங்களுக்கோர் வேண்டுகோள் !

இன்று முதல்
ஒரு
சபதம் எடுத்துக்கொள்ளுங்கள்.
மனிதர்களுக்கு மட்டும்
முகம் காட்டுவதென்று.

●

கவிதை பிறக்கும் நேரம்

கவிதை பிறக்கும்
நேரம் எது?

கவிதைக்கும்
பிறப்பு உண்டு

பிறக்கும் நேரமும்
உண்டு

வெறுப்பாலே வாழ்க்கை கசந்து
மனம் காயப்படும் பொழுதுகள்

தீராத தனிமை வந்து
உரசிச் செல்லும் தருணம்

வாழ்க்கை ஓடி விளையாடும்
இனிமையான பொழுதுகள்

அலைபுரளும் நெஞ்சத்து வினாக்களுக்கு
விடை கிடைக்காத நேரம்.

சன்னலோரத்து பயணங்கள்

சுவடுகளைத் தொலைத்து விட்டு
சாலைகளில் திரிகின்ற
ஆத்மாக்களின் கண்ணீர் ரேகைகளை
பார்க்கின்ற தருணம்

இயற்கையின் பரிமாணங்கள்
விழி வழி இறங்கி
உயிர் வழி ஊடுருவிப் பாய்கின்ற
அந்த ஆத்மார்த்தமான நேரம்.

மனித வாழ்வின் ருசியை
சுவைத்துப் பார்க்கும் தருணம்

இயற்கையின் அதிசயத்தை
எண்ணிப் பார்க்கின்ற வேளைகள்.

அல்லாடும் மக்களின்
கசிந்த விழிகளின் வழியே
ஆயிரம் கதைகளை
உயிர் உள்வாங்கும் தருணம்.

ஆம்!

கவிதைக்கும்
பிறப்பு உண்டு

பிறக்கும் நேரமும்
உண்டு.

நான் பார்த்த மழைத்துளிகள்

மழை மகத்தானதென்று
யார் சொன்னது?

இதோ
நான் பார்த்த மழைத்துளிகள்

தெருவோரத்து கடைக்காரன்
சொல்கிறான்
சே ! மழை வியாபாரத்தை
காலி பண்ணிருச்சே.

மழைக்காக திண்ணைகளில்
ஒதுங்குபவன் சொல்கிறான்
என்ன மழை இது ?
இப்படி பெய்யுது.

கூட்டம் போட்டு பிரச்சாரம்
செய்யும் அரசியல் வாதி
சொல்கிறான்
மழை
கூட்டத்தை கெடுத்திருச்சே !

விவசாயம் செய்யும்
விவசாயி சொல்கிறான்
மழைக்கு ஒரு
அளவே கிடையாதா.

ஆளுகின்ற அரசாங்கம்
சொல்கிறது
எங்கள் ஆட்சி
அதனால் தான்
மழை பெய்கிறது.

வீட்டுப் பெரியவர்கள்
சொல்கிறார்கள்
உள்ளே வா
மழையில நனைஞ்சா
காய்ச்சல் வந்துவிடும்

அனைவரும் பத்திரமாக
இருக்கவும் என்று
வானிலை அறிக்கை
செய்தி வாசிக்கிறது.

பள்ளி செல்லும்
சிறார்கள் விடுமுறையினால்
மகிழ்ச்சியாய் வீடு திரும்புகிறார்கள்.

வேலைக்கு கிளம்பும்
மத்திய வர்க்கத்து மனிதன்
சொல்கிறான்
இந்த மழை
நாளைக்கு பெய்திருக்கலாம்

வீடுகளற்ற மனிதன்
வார்த்தைகளற்று
மழையை வெறித்துப்
பார்த்துக்கொண்டிருக்கிறான்.

மழை மகத்தானது
என்று
யார் சொன்னது.

சுவடுகள்

பாலைவனம் சுவடுகளற்று கிடந்தன
முதலில் திகைத்தான்

பின்
சிறிது தூரம் நடந்து சென்றான்

திரும்பிப் பார்த்தான்
அங்கே அவன்
பாதச் சுவடுகள்
பதிந்து போயிருந்தன.

●

அலையும் கரையும்

யாருக்கும் தெரியாமல்
கைவிடப்பட்ட
பிரபஞ்சத்தின்
அனைத்து கண்ணீர் துளிகளும்
ஒன்று சேர்ந்து
அலையாக உருமாறி
கரையின் கால்களை நனைத்து விட்டு
மீண்டும்
கடலுக்குள்ளேயே சென்று விட்டன

இன்னுமொரு
துளியின் வரவை
எதிர்பார்த்து....

●

என்னில் நீ வாழ்கிறாய்

நிலவும் சூரியனும் ஓய்வெடுத்துக் கொள்ளும்
அந்த நாளின்
இரவின் நிசப்தத்திலே - உன்
காதுகளில் நான் முணுமுணுத்த
இரகசியம் இன்னும் ஞாபகம் இருக்கிறதா?

எதுவுமற்ற வெளிகளில்
எதுவுமற்ற நிலையிலும் கூட
யாருமற்ற வேளையில்
எல்லாமே அற்றுப் போன நிலையிலும் கூட
அந்தப் பூ பூத்தது
அந்த வாசனையை அள்ளி வந்து உன்னிடம் வீசினேன்
வீசிச் சென்ற வாசனை இன்னும் ஞாபகம் இருக்கிறதா?

ஒரு அதிகாலையின்
பாதி உறக்கத்தில் - பூமியில்
வெளிச்சம் ஊடுருவ எத்தனிக்கும் நிலையில்
நம்பிக்கைச் சிறகு ஒன்று
பறப்பதாய் கனவு கண்டேன் - அந்தக் கனவு
உன்னை வந்தடைந்ததா?

அந்த தேனீ
பூவில் அமரும் ரம்மியமான வேளையில்
அந்தப் புல்லின் நுனியில்
பனித்துளி அமர்ந்திருக்கும் பரிசுத்தமான வேளையில்
ஒரு கவிதை உதயமானது - அந்த
வெளிச்சக் கீற்றை உனக்குத்தான் அனுப்பி வைத்தேன்
என் கவிதைப் பூ உன்னை வந்தடைந்ததா?

இந்த இரகசியங்களாலும்,
வாசனைகளாலும்,
கனவுகளாலும்,
கவிதைகளாலும்
என்னில் நீ வாழ்கிறாய்.

●

எங்கும் நிறைந்து கிடக்கிறாய்

வானம் நீலமாய் விரிந்து கிடக்கிறது
பூமி பசுமையாய் பரந்து கிடக்கிறது
தமிழ் எங்கும் சுவைத்துக் கிடக்கிறது
நதி ஓடிக் களைத்துக் கிடக்கிறது
கடல் புருவம் உயர்த்தி ஆச்சரியமாய் கிடக்கிறது
பூக்காடுகள் அமைதியாய்க் கிடக்கிறது
மலர்ச்சோலைகள் மணம் பரப்பிக் கிடக்கிறது
மழை பெய்து விழுந்து கிடக்கிறது
பறவைகள் சிறகுகள் விரிய காத்துக் கிடக்கிறது

ஆனால் நீ என்னுள்

வானமாய், பூமியாய், தமிழாய், நதியாய்,
கடலாய், பூக்காடுகளாய், மலர்ச்சோலைகளாய்,
மழையாய், பறவையாய் சிறகு விரித்து - எங்கும்
நிறைந்து கிடக்கிறாய் !

●

பறக்கும் ஊதுபைகள்

காற்றின் உட்புகுதலுக்காக
விழித்திருந்தன - அந்த
ஊதுபைகள்

உலவிக்கொண்டிருந்த காற்று
நிரப்பப்பட்டது
அன்பாகவும்
நம்பிக்கையாகவும்
மன்னிப்பாகவும்
இன்னும் பலவாகவும்

ஒவ்வொருவரிடமும்
ஒப்படைக்கப்பட்டன
எல்லாம் ஆகவும்

இடையில் ஏற்பட்ட
கோரப்புயலின் தாண்டவத்தால்
மூச்சுத் திணறின
நிரப்பப்பட்ட எல்லா
ஊதுபைகளும்

விரிந்து கிடக்கும்
பிரபஞ்சத்திலிருந்த - அந்தக் காற்றால்
மீண்டும் மீண்டும் நிரப்பப்பட்டு
மிதந்து கொண்டிருக்கின்றன
பறக்கும் ஊதுபைகள்

ஒவ்வொருவரிடமும்
அவற்றை
உட்புகுத்துவதற்காக.

சிவப்பு தொப்பியும் குள்ள மனிதனும்

சாபம் நீங்கியது
உழைப்பின்
சிவப்பு தொப்பிக்கு.

சொர்க்கம் புகுந்தான்
நம்பிக்கையின்
குள்ள மனிதன்.

நண்பர்களாயினர்
சிவப்புத் தொப்பியும்
குள்ள மனிதனும்.

சிவப்பு என்றால் உழைப்பு
வரலாற்று
மேற்கோள் காட்டியது
சிவப்புத் தொப்பி.

மன உயரத்தின் அளவுகோலை
நீட்டினான்
செறிவான புன்னகையோடு
குள்ளன்.

உழைப்பினால் உருவான
சிவப்புத் தொப்பி
நம்பிக்கையின் சின்னமான
குள்ள மனிதனின்
தலையில்
கம்பீரத்துடன்.

●

நிலாத் துண்டுகளின் சேர்க்கை

நீர் வற்றிப்போன
ஓடையும்,
மனம் வறண்டு போன
மனிதனும்
சந்தித்த
இரவுப்பொழுது

கூடு திரும்பிய பறவை
அன்பெனும் நிலாத் துண்டை
குஞ்சுகளிடம் ஊட்டியது.

உதிரும் பழுத்த இலையொன்று
அனுபவப் புரிதலை
ஒரு நிலாத் துண்டாக்கியது.

வந்தமர்ந்த வண்ணத்துப் பூச்சி
எளிமையாய் பறக்கும்
இரகசியத்தை
இரவின் வெளிச்சத்துக்காக
அடுத்த நிலாத் துண்டாக்கியது.

பாளங்களாக கீறிக்கிடக்கும் நிலம்
செழிப்போம் என்ற நம்பிக்கையை
நிலாத் துண்டாக விதைத்தது

அன்று
அந்தி சாயும் கணத்தில்
ஓடை நிரம்பியது

நிலாத் துண்டுகள் ஒன்றிணைந்து
முழு நிலவாகப் பிரதிபலித்தன நீரில்

அவன்
மனக் குளத்திலும்
வெளிச்சக் கீற்று பிரதிபலித்தது

நிலவின் (பல) துண்டுகளாக.

●

ஏதோ ஒரு நம்பிக்கை

நடு இரவு
குத்திக் கிழிக்கும் குளிர்

நடுங்கிக் கொண்டிருக்கிறது
வயோதிக உடல்

இயற்கையால்
மானம் மறைத்திருக்கிறான்
ஆதி மனிதன் ஆதாம் போல

தன் இருப்பை அறிந்து
அடுத்தவர் பரிகாசத்தை
உதறியவன்.

புறச் சுத்தம் பேணும் உலகில்
அகச் சுத்தத்தை ஆனந்தத்தால்
அலங்கரித்துக் கொண்டவன்.

அடுத்த வேளை உணவு பற்றி
கவலையில்லை.

நடைபாதையே
உறைவிடம்

எத்தனை பாதங்களை
பார்த்திருப்பான்?

பதிந்து கிடக்கிறது
கண்களில் சோகம்
கடல் நீரின்
உவர்ப்புத் தன்மையோடு.

நினைத்த நேரத்தில்
நட்சத்திரங்களோடு
பேசுகிறான்
கைதட்டி சிரிக்கிறான்.

கொட்டிக் கிடக்கிறது
ஒவ்வொரு சுருக்கங்களிலும்
அனுபவங்கள்.

நிச்சயமாக
ஏதோ ஒரு நம்பிக்கையில்
அவன்
வாழ்ந்து கொண்டிருக்கிறான்.

மிதக்கும் சுதந்திரம்

தட்டுத் தடுமாறி
வழி மாறி
அகப்பட்டது
ஒரு அதிசய மீன்.

அழகென்று சொன்னார்கள்
ஆனந்தமாய் கைகாட்டி
பரவசப்பட்டார்கள்.

அடைக்கப்பட்ட
செவ்வக தொட்டியின்
திசை பார்த்து
மினுங்கிக் கொண்டிருக்கிறது
அதன் கண்கள்.

இயங்க மறந்து
மிதக்கிறது
தக்கையை போல
அசைவற்று
அதன் உடல்.

எப்போது
விட்டுக் கொடுக்கப் போகிறார்கள்
அதனிடமிருந்து
தட்டிப் பறித்த
சுதந்திரத்தை.

●

ஒரு குருவியின் கதை

மெல்லிய ஒலியுடன்
திறந்திருக்கும் திசைபார்த்து
விருட்டென நுழைந்தது
மழையில் நனைந்த
குருவி.

சிறகுகள் அடித்து
சிலிர்த்ததில்
ஈரத்தின் துளிகள்
ஒட்டிக் கொண்டன
சுவர்களில்.

மழைக் காலத்து
சுழலாத காற்றாடியின்
ஒவ்வொரு இறக்கையாக
சுற்றி விடுகிறது
குருவியின் குறும்புத்தனம்.

அலகை ஆயுதமாக்கி
ஆர்ப்பரித்ததில்
உருண்டோடின சத்தமிட்டப்படி
சில தவறுகளும்
சில நியாயங்களும்.

சிதறிக் கிடந்த
சோற்றுக் பருக்கைகள்
இரையாயின.

மழையில் நனைந்த
குருவி
மனதையும் நனைத்தது.

அருவிபோல்
பெருக்கெடுத்து ஓடியது
மகிழ்ச்சியின்
பெருவெள்ளம்.

முன்னும் பின்னும்
இடமும் வலமும்
தாவிக் குதிக்கிறது.

விரல் பரப்பி
சன்னல் கம்பிகளில்
அமர்ந்து
சிறிது தவம் செய்தது.

அதன்
மினுமினுக்கும் கண்கள்
தேடிக் கொண்டிருப்பதை
அறிந்து கொள்ளும்
ஆவல்
மனதிடம்.

மழை ஓய்ந்தது
மணம் பரப்பியது.

நகர்ந்து தாவி வந்து
மடியேறி
மனமேறி
தலையில் இறங்கியது
குருவி.

வீழ்ந்து கிடந்த மனம்
எழுந்து அமர்ந்தது

அன்பினால்
மனம் எழும்
அதிசயம்
அரங்கேறியது
குருவியின்
வருகையால்.

விட்டுச்சென்ற
எச்சம்
சன்னல் கம்பிகளில்
ஒட்டியிருந்தது.

ஆடிப்பாடிய
ஆனந்தத்தில்
உதிர்ந்த இறகு ஒன்று
ஒதுங்கியது.

மனச் (வெளியில்) சமுத்திரத்தில்
எச்சமும் இறகும்
பத்திரமாய் சேமிக்கப்பட்டு
மனமெனும் சமுத்திர அடுக்குகளில்
உலவுகின்றன.

மகிழ்ச்சியின் பெருவெள்ளத்தை
மீண்டும் மீண்டும்
அனுபவிக்க.

கதவுகள்
திறந்தே இருக்கின்றன
அன்பெனும் குருவி
மீண்டும்   .
நுழைவதற்காக.

●

மீண்டும் உயிர் பெறுதல்

சமவெளியில்
பரந்து கிளை பரப்பி
சரிந்து கிடந்த
மரத்தின் நிழலும்

வரிவரியாய்க் கீறிக்கிடக்கும்
அனுபவச் சுருக்கங்களில்
பொதிந்து கிடக்கும்
முதுமையின் நிழலும்

சூரியன் சாயத் தொடங்கும்
அந்தி வேளைகளில்
அனுதினமும்
முகம் பார்த்துக் கொண்டன.

அசையும்
மனித நிழலும்
அசையா
மரத்தின் நிழலும்
இணைந்தது
அன்பெனும்
காற்றின் ஆசியால்

மரத்திடம்
மனம் புகுவதும்
மனதிடம்
மரம் புகுவதும்
அனுதினமும்
வழக்கமாயின.

அன்பு பரிமாறப்பட்டது
அவற்றின் இதய
ஊடுருவல்களினால்.

கிளைகளை
வெட்டி எறிந்த
கைகளுக்கு
மன்னிப்பை
வழங்கியது
மரம்.

மன நிழலின்
கசப்புகள்
வடிந்தோடின.

சொற்கள் இல்லாமலே
உரையாடல் நிகழ்ந்தது
நிழல்களுக்கிடையே.

பசுமையும் ஈரமும் கொண்ட
அந்த நெஞ்சங்களில்
அன்பின் ராகங்கள்
பிரவாகமெடுத்தன.

மன்னிப்பின்
மாபெரும் கருணை
உள்ளமெங்கும்
வியாபித்திருந்தது.

நிழல்களின் சுவாசம்
உயிர்த்தது மறுபடியும்

நிச்சயமாக !
அன்பின் ஒரு
அரவணைப்பும்
மன்னிப்பின் ஒரு
துளியும் போதும்.

மீண்டும்
ஒன்றை (அல்லது)
ஒரு மனிதனை
உயிர் பெறச்செய்வதற்கு (அல்லது)
உயிர்ப்பிப்பதற்கு.

●

மனம் குளிருமா?

மரம் அசைகிறது
மனம் உணர்ந்து
காற்றின் இருப்பை

மேலும் கீழும்
பக்கவாட்டிலுமாக
அசைந்து
காற்று காட்டியது - அதன்
இதயத்தை

சரசரக்கும் ஓசைமூலம்
மரம் பகிர்ந்தது - அதன்
ஈர வாசனையை

அந்த பறவையின்
சிறகு விரிந்தது,
எழுந்தது பறவை
நம்பிக்கையின் படி நிலையில்.

காத்துக் கிடந்தது
அன்பு
பகிரப்படுவதற்காக.

அலைந்து தேடி
ஆகாரம் கொணர்ந்து
ஊட்டி மகிழ்ந்தது பறவை

அன்பின் சுவாசங்கள்
கூடுகளை அடைகாத்தன
அந்த இரவில்

அன்பின் பரிணாமம்
அடுக்கடுக்காய்
விரிந்து கொண்டே போனது.

மனம்
குளிர்ந்து கொண்டே போனது.

மனம் குளிருமா?
விடை கிடைத்தது
அந்த இரவில்

பறவை
கூடு திரும்புவதும்
மனிதன்
வீடு திரும்புவதும்
எதற்காக?

அன்பின்
பகிர்தலுக்காகத் தான்...

பகிர்தலினால்
பெறப்படும்
குளிர்தலுக்காகத் தான் ...

தேவை
மனம் மட்டும் தான்.

●

வாசனை

மடிமுட்டி உண்டு மகிழும் கன்று
துள்ளி ஆடி ஓடும் காட்சி
விழி வழி இறங்கி
மனவெளியில் அசைந்தாடும்
நினைவுத் தூரிகைகளால்
சித்திரமாக உருக்கொண்டது.

கலந்து ஊடுருவி
மலர்ந்து இதழ்விரித்து
பால் மணம் பரப்பி
உயிரில் விழுந்து
எழுந்தது வாசம்.

பல வண்ணச் சித்திரங்கள்
குளிர்ச்சியின் கூழாங்கற்களாக
இதய நீரோடையில் சேகரமாகி
வாசனையை முகிழ்விக்கிறது.

ஆர்ப்பரித்து சீறிப் பாயும்
நீரின் குளுமை
பாளங்களாக கீறிக்கிடந்த
நெஞ்சை நிரப்பியது.

குவிந்து பாயும்
சூரியக் கதிரில்
மிதக்கும் நுண்ணிய துகள் போல,

உயிரின்
ஒளிக் கூர்மையில்
அன்பின் வாசனைத்
துகள் விரவல்கள்.

இதயமெங்கும்
மலர்ந்து மேல் நோக்கி
அக்னிச் சுவாலையென பரவி
பெரும் வேகம் கொண்டது.

காட்சி சித்திரமாகி
சித்திரம் வாசனையாகி
உயிர் கிளர்ந்து எழுந்தது
அன்பின் பெரும் கருணையாக

அன்பின் நெகிழ்வில்
தாயின் மடிக்காம்பு
கண் திறக்கிறது.

தாயின் பரிவில்
அன்பின் விழிப்படலம்
விரிந்து நிற்கிறது.

சுரந்து கொண்டேயிருக்கும்
இந்த வாசனை
அன்பின் வாசனை !

உயிரின் இருப்பை
உணர்த்தும் வாசனை.

●

சிறகுகளின் இசை

தெளிந்து ஓடும் நீரில்
அடியில் தெரியும் கூழாங்கல் போல
மினுங்கிக் கொண்டிருக்கிறது
இறகுகளால் உருவான
சிறகுகள் விரிக்கும்
இசைச் சரடுகள்

வற்றி வறண்டு
பாளங்களாக கீறிக்கிடக்கும்
மன அடுக்குகள்
காத்துக் கிடக்கிறது
சுவரங்களின் கோர்வையை
எதிர்பார்த்து

நரம்பின் நாண் பிடித்து
மீட்டும் லாவகம் அறிந்து
விரியும் மனச் சிறகை
அசைத்து மேலெழுப்பி
இசைத்து உயிர்ப்பிக்கும்
சொல்லின் விரல்களே தேவை.

அடுத்த துளிர்ப்புக்காய்

வீசியெறிந்த பழத்தின் விதை
வீதியோரமாய் கேட்பாரற்று
கிடந்தது.

அடித்துப் பெய்த அடைமழையில்
ஊறிய விதை புதையுண்டது.

சிதறிய நீரை சேகரித்து
இறுக்கிய மண்ணை இளக்கி
ஒளிப்பிழம்பின் வெப்பத்தை கிரகித்து
இரவுச் சுடரின் குளிர்ச்சியை உள்வாங்கி
பூமியை கிளர்த்தி
மண்ணை பிளந்து கொண்டு
பீறிட்டு வெளி வந்தது
மலர்ந்த துளிரோடு
கிழக்கு நோக்கி...

ஒடிந்து கிடந்த மனம்
நம்பிக்கையின் தண்டு பற்றி
நிமிர்ந்து நிற்கிறது
வாழ்க்கை தரப்போகும்
அடுத்த துளிர்ப்புக்காய்...

வேரின் உறுதியோடும்
விதையின் வீரியத்தோடும்...

சில மின்னல்கள்

கவிஞன்:
சொற்களில்
சிலை வடிக்கும் சிற்பி
கவிஞன்.

எழுத்தாளன்:
உள்ளக் கருத்துகளை
உணர்வு மைகளால்
நிரப்புபவன்

அடையாளம்:
உணர்வுகளை
காதலிப்பது
கவிஞனின் தனி அடையாளம்.

எழுத்தில் வரவேண்டும்:
எழுத வேண்டும்
எதை?

சுற்றி நடக்கும்
நிகழ்வுகள்

மனதின்
ஓட்டங்கள்

மன்சாட்சியின்
தூண்டுதல்கள்

மனித
உணர்வுகளை

சிதறிக் கிடக்கும்
வாழ்க்கையை

இவை எல்லாம்
எழுத்தில் வரவேண்டும்.

சுவை:
மனம் மகிழ்ச்சியாய்
இல்லாதபோது
மரணம் கூட
சுவையாகத் தான்
இருக்கிறது.

●

புதிய கண்டுபிடிப்பு:
கல்லும் கல்லும்
உரசினால் நெருப்பு வரும்
இது கற்கால விதி
இங்கு
இதயங்கள் உரசினால்
நெருப்பு வருமாமே!
இது தற்கால விதி

●

நடைப் பயணம்:
என்னவளே !
உண்மையா இது !
உன் பாதம் பட்ட
இடமெல்லாம்
பூகம்பம் வருவதில்லையாமே !
ஒருமுறை இந்த உலகை
நடந்து வாயேன் !

●

காதல் பற்றி கவிதை
எழுதுபவனெல்லாம் காதலிக்க வேண்டும்
என்ற அவசியமில்லை
ஏனென்றால்
காதல் உணர்வுப் பூர்வமானது !
உணர்வுகள் பொதுவானவை

அது
ஒரு மனிதனுக்கு மட்டும்
சொந்தமல்ல !

●

நானும்
என் காதலியும்
ஒரு குடையின் கீழ்.

●

புலன்களின் ருசி
மறந்து
மனங்களின் பசி
ஆரம்பிக்கும் நேரம்.

●

புலன்கள் சாகும்போது
காதல் காமமாகிறது.
புலன்கள் உயிர்பெறும்போது
காமம் கூட காதலாகிறது.

●

ஓடிக்கொண்டேயிருப்பதுதான்
வாழ்க்கை
பொறுப்புகளை நிறைவேற்றுபவன் தான்
மனிதன்
கடமைகளை மதிப்பவன்
கடவுளுக்கு
மரியாதை செய்கிறான்.

●

காதல் குருடானது(கண்ணில்லை)
என்று
யார் சொன்னது?
இங்கு
கண்கள் அல்லவா
முதலில் பேசுகின்றன

●

தூக்கத்தில்
கனவு வரும்!
விழித்துக் கொண்டே
கனவு காண வேண்டுமா?
காதலித்துப் பார்!

●

தயவு செய்து
உன் விழிகளை மூடிவை
உன் பார்வை அம்புகள் பட்டு
என் இதயமல்லவா
குத்தி கிழிக்கப்படுகிறது.

●

என் இனியவளே !
உதடுகள் திறக்காமல்
விழிகளாலே
வினாக்களை தொடுக்கும்
வித்தையை
எங்கு கற்றாய்?

●

சிலருக்கு
சிலவற்றைப் பார்த்தால்
தலைசுற்றும்.
ஆமாம்,

உன்னைப் பார்த்துவிட்டுத்தான்
பூமி
சுற்றிக் கொண்டே இருக்கிறது.

●

என்னை
அப்படி பார்க்காதே
உன்
விழிகளின் வெப்பம்
தாங்க முடியாமல்
உருகிப்போகின்றேன்!

●

நீ
மட்டும் தான்
அழகு என்றிருந்தேன்
உன்
பாதச்சுவடுகள் கூட
அழகாகத் தான் இருக்கின்றன.
கொடுத்து வைத்தவை
நீ
நடந்து சென்ற பாதைகள்.

●

அமாவாசை
இரவில் மட்டும்
மின்மினிப் பூச்சிகள்
மிகப் பிரகாசமாக
மின்னுவது போலிருக்கிறதே !
ஓ !
புரிந்து விட்டது ,
உன் அழகை
அவை
உலகிற்கு

வெளிச்சம் போட்டுக்
காட்டுகின்றனவாம்.

●

என் அழகே !
ஒன்றையொன்று
போட்டி போட்டுக்கொண்டு
கடலலைகள் முந்திக்கொண்டு வருகிறதே!
உன்
பாதங்களை தொட்டால்
புண்ணியம்
கிடைக்குமென்றா?

●

ஆர்ப்பரித்து
உலகை
அழிக்க நினைக்கும்
கடல்களே !
என்னவள்
நடந்து சென்ற
பாதச்சுவடுகளையாவது
அழிக்காமல்
விட்டுவிடுங்கள்.

●

விழிகள் இரண்டு
ஆனால்
பார்வை ஒன்று
எப்படி இறைவா !
உன்னால் மட்டும்
இப்படியெல்லாம்
படைக்க முடிகிறது.

●

பெண்ணே
நீ
பெண்மையாய்
இருக்கும் வரை
அழகு தான்.

●

பார்வையாலே
பற்றிக் கொள்ளுமாமே !
அது எப்படி?

●

வெடித்து கிளம்பும்
சிந்தனைகளை
தொடுத்து கோர்த்தெடுத்து
மாலையாக்குபவன்
கவிஞன்.

●

இன்று
என் கவிதை தோட்டத்தில்
ஒரு பூவுமே
பூக்கவில்லை.

●

கவிதைகள்
அடைகாக்கப்படுகின்றன.
அவை
வெடித்துச் சிதறும் நாள்
வெகு தொலைவில் இல்லை.

கவிதை என்பது
பார்க்கும் பார்வையில்
அந்தக் கோணத்தில்
இருக்கிறது.

●

கவிதை
என்பது ஆன்மா,
கவிதைக்கு தேவை மனசு.

●

விமானம் பறந்து போனது
மிகுந்த சத்தத்தோடு
பறவை நினைத்தது
ஏனிந்த இரைச்சலென்று?

●

கவிதை என்ற உயிரை (ஆன்மாவை)
சொல் என்ற உடலுக்குள் செலுத்தி
அதற்கு உயிர் கொடுப்பவன்
கவிஞன்.

●

ஏ ! மனசாட்சியே!
ஒரு முறை உன்னை
சுத்தம் செய்துகொள்.
நாளை முதல்
புதிதாகப் பிறக்கப் போகிறேன்.

●

இந்த மண்ணின்
வேர்கள் விம்மி விடும்
வெப்பக் காற்றில் இருந்து தான்
என்
கவிதைக்கான
மூச்சுக் காற்றை எடுக்கிறேன்.

●